# ऐसे बोलावे बोल

# दिलीपराज प्रकाशन प्रा.लि.™

२५१ क, शनिवार पेठ, पुणे - ४११०३०.

दिलीपराज प्रकाशनाची सर्व पुस्तके आता आपण Online खरेदी करू शकता.

आमच्या Website ला कृपया एकदा अवश्य भेट द्या. अथवा Email करा.

Email - diliprajprakashan@yahoo.in

www.diliprajprakashan.in

# ऐसे बोलावे बोल

## (व्यक्तिमत्त्व विकास)

### मधुकर काकडे

**दिलीपराज प्रकाशन प्रा. लि.** ™
२५१ क, शनिवार पेठ, पुणे - ४११ ०३०.

# ऐसे बोलावे बोल
## Aise Bolawe Bol

**ISBN :** 978 - 93 - 82988 - 91 - 5

**प्रकाशक ।** राजीव दत्तात्रय बर्वे । मॅनेजिंग डायरेक्टर ।
दिलीपराज प्रकाशन प्रा. लि.। २५१ क, शनिवार पेठ, पुणे ४११०३०.
दूरध्वनी क्रमांक (फॅक्ससहित)
२४४७१७२३ । २४४८३९९५ । २४४९५३१४

© प्रकाशकाधीन

**लेखक -** मधुकर काकडे
फ्लॅट नं. ९०१, पुरुषोत्तम अपार्टमेंट,
डेक्कन जिमखाना, भांडारकर रोड,
३ री गल्ली, पुणे ४.

**प्रथमावृत्ती ।** २५ मार्च २०१४

**प्रकाशन क्रमांक ।** २१०७

**अक्षरजुळणी ।** सौ. मधुमिता राजीव बर्वे
पितृछाया मुद्रणालय । ९०९, रविवार पेठ । पुणे ४११००२.

**मुद्रितशोधन ।** एस. एम. जोशी

**मुखपृष्ठ ।** सुहास चांडक

नको तेच नेमकं बोलले...
जे हृदयातून बोलायचं होतं,
ते बोलता आलं नाही...
नेमकं तेच राहून गेलं!
आणि मग बरंच काही
बिघडत गेलं!
मनासारखं घडलं नाही...
अशा माझ्या लाखो मित्र-मैत्रिणींना
प्रेमपूर्वक अर्पण—
पुन्हा असं घडणार नाही,
या आत्मविश्वासह.

## दोन शब्द

माझी यापूर्वीची पुस्तके 'नांदा सौख्यभरे', 'सुख येता तुमच्या दारी', 'पुरुषार्थ' यांना उदंड प्रतिसाद दिल्याबद्दल मनापासून आभार.

कसे बोलावे, भाषण कसे करावे, मुलाखत कशी द्यावी यासाठी खूप पुस्तके उपलब्ध असावीत.

माझं पुस्तक सर्वसामान्य माणसांसाठी आहे. त्याला रोज भाषण, मुलाखत, विक्री वगैरे गोष्टींना तोंड द्यावे लागत नाही. मात्र खूप लोकांशी बोलावे लागते. हवे ते बोलता न आल्याने किंवा नको तेच बोलल्याने किंवा अगदी काहीच बोलता न आल्याने माणसाचे, सर्वसामान्य माणसाचे खूप नुकसान होते. आत्मविश्वासाची पातळी कमी होते. नैराश्य वाढते. स्वतःच्या व्यक्तिमत्त्वाबाबत उदासीनता येते.

असे काही घडू नये या प्रामाणिक हेतूने हे पुस्तक लिहिले आहे. पुन्हा नम्रपणे नमूद करतो की हे पुस्तक 'प्रभावी बोलण्याचे शास्त्र' अशा भूमिकेतून कुठल्याही पंडिताने लिहिले नाही. अत्यंत साध्या, सरळ, सोप्या भाषेत थेट दैनंदिन जीवनाला भिडून; त्यात सोपेपणा आणणे एवढाच उद्देश आहे, एक मित्र म्हणून!

अवघड प्रश्नांची सोपी उत्तरे मी दिलेली आहेत. खरंच, व्यवहारात असं तंतोतंत घडू शकतं का? अशा स्वभावतःच असलेल्या नकारात न अडकता, यातलं कितपत घडू शकतं असा सकारात्मक विचार कृपया करावा.

पुस्तकाचा सुरुवातीचा बराच भाग 'असे बोलू नये' हे सांगण्यासाठी लिहिला आहे. मला वाटतं, सर्वसामान्यांची तीच प्रमुख अडचण आहे.

आणि काही नवीन तंत्र आणि कला अवगत करण्यापेक्षा मुळात जे आहे त्यातलं चुकीचं टाकून देणं थोडं सोपं आहे, असं मला वाटतं.

अर्थातच भाषण, मुलाखत आणि विक्री व्यवसाय (सेल्समनशिप) यावर स्वतंत्र लिहिलं आहेच.

माझ्या लिहिण्याचा तुम्हाला उपयोग/फायदा व्हावा हीच इच्छा!

– मधुकर काकडे

# अनुक्रमणिका

# – १ –
# ऐसे बोलावे बोल

माझ्या संपर्कात चार-पाच तरी लोक असे आहेत, की ज्यांना फोन केल्यानंतर ते पहिलं वाक्य बोलतात, 'अहो बोला ना सर!' हे वाक्य ऐकताक्षणी त्यातलं आर्जव मनाला भिडतं. बोलण्यास उत्साह वाटतो, कुणाला तरी मनापासून आपलं बोलणं ऐकायचं आहे ही जाणीव मनाला एक वेगळाच हुरूप देते. जीवनविषयक सकारात्मकता देते.

असे बोलावे, तसे बोलावे अशी माहिती सांगणारी अनेक पुस्तके मराठी, इंग्रजी भाषेत उपलब्ध असावीत. ते सगळं ठीक आहे. बोलायचं कुणाशी? आपलं ऐकून घ्यायला वेळ आहे का कुणाला? असे प्रश्न आजकालच्या गतिमान जीवनात पडू लागले आहेत. म्हणून माझ्या तमाम वाचकांना पहिली विनंती अशी आहे, की कुणी बोलत असेल तर त्याचे ऐका, ऐकून घ्या; त्याचे ऐकण्यात तुम्हाला रस आहे अशी जाणीव बोलणाऱ्यास द्या. 'अहो बोला ना सर!' असं अवश्य म्हणा. दुसऱ्याचं आधी ऐका आणि मग तुमचं कुणी ऐकून घेईल अशी अपेक्षा करा.

### आधी बोलायला हवं–

बुद्धीच्या जोरावर माणसानं अनेक गोष्टी केल्या. आपल्याला त्या माहीत आहेत. अनेक प्रयत्न, खटपटी, शोध हे सगळं करत असतानाच त्यानं बोलण्याची धडपड केली. स्वतःला जे वाटते ते समोरच्या व्यक्तीस सांगायचे ही प्रेरणा त्याच्या बोलण्यामागे होती. शब्दासमोर शब्द उभे राहात भाषा तयार होऊ लागली. शब्दासमोर शब्द उच्चारून ठेवताना माणूस त्यात काही भाव भरत होता. काही जीव भरत होता आणि त्याचमुळे त्याच्या बोलण्याला काही अर्थ प्राप्त होत होता. त्याच अर्थासाठी, पुन्हा पुन्हा तेच शब्द वापरल्याने भाषेला काही आकार आणि बंदिस्तपणा प्राप्त होत होता. असं जगभर घडत होतं आणि त्याचमुळे जगात हजारो भाषांचा जन्म झाला.

मात्र माणसास व्यक्त करावयाच्या भावना मात्र जगभर सारख्याच होत्या आणि आजपर्यंत त्या त्याच राहिल्या आहेत.

नोकरीच्या मुलाखतीमध्ये वारंवार अपयशी ठरलेला एक युवक, स्वत:च्या आई-वडीलांसोबत माझ्या काऊन्सेलिंग क्लिनिकमध्ये आला होता. तो लाजून खाली पाहत होता. आई-वडीलच बोलत होते, ''हा कुणाशीच बोलत नाही. आई-वडील, बहीण-भाऊ, नातेवाईक, शेजारी कुणाशीच बोलत नाही. त्याला कुणी मित्रही नाहीत. तो लाजतो. तो बावरतो. तो तुसडा आहे. तो माणूसघाणा आहे. तो आळशी आहे. तो ऐतखाऊ आहे. आत्मविश्वासाची बोंब आहे. न्यूनगंड आहे.'' वगैरे सगळे निष्कर्ष त्याच्या आई-वडिलांनी माझ्यासमोर धडाधड बोलून दाखवले.

तो मुलगा हे सगळं ऐकून खूपच वैतागला होता. वास्तविक तो चांगल्यापैकी हुशार असावा असे मला बघताक्षणी वाटले.

आई-वडील असं का करतात? मुलाच्या अगदी लहानपणीच त्याच्याविषयी मत का बनवतात? त्याच्या वागण्या-बोलण्यातून कायमचे/कायमस्वरूपी निष्कर्ष का काढतात? आणि वर हे सगळं दहा ठिकाणी बोलून का दाखवतात? शेजारी, नातेवाईक मित्र यांचेकडे! त्यांना खरं तर मुलाविषयी काहीतरी विशेष सांगायची फार हौस असते. लोकांचे लक्ष आपल्याकडे आकर्षित करून घ्यायचे असते. पण या सगळ्या उपद्व्यापात ते मुलाची फार अडचण करून ठेवतात. त्याचं खूप नुकसान करतात.

समोरचा मुलगा आणि त्याची अवघडलेली अवस्था बघवत नव्हती. मी त्या मुलाचा हात हातात घेतला. त्याच्याकडे पाहून हसलो. त्याच्या पाठीवर थोपटलं. म्हणालो, ''तुझे आई-वडील तुझ्याबद्दल जे सांगत आहेत ते त्यांचं मत आहे. मला त्याच्याशी काहीही घेणं देणं नाही, कारण ते माझं मत नाही. माझं तुझ्याविषयीचं मत वेगळं आहे.''

''काय आहे ते वेगळं मत?'' चमकून तो मुलगा म्हणाला.

''तू अतिशय हुशार मुलगा आहेस. काही गोष्टी तुला आवडतात. काही गोष्टी तुला नाही आवडत. दुर्दैवानं तुला न आवडणाऱ्या काही गोष्टी आजपर्यंत तुझ्यावर लादल्या गेल्या आणि तुला आवडणाऱ्या गोष्टी तू कधी बोलून दाखवल्या नाहीस.''

मी असं म्हणालो मात्र, त्या मुलाचे डोळे पाण्यानं तुडुंब भरले. मी जरा वेळानं त्याला म्हणालो,

''मी सांगतो तेवढं करशील का?''

"हो." त्यानं होकारार्थी मान हलवली.

"हे बघ, रोज कमीत कमी दोन अनोळखी लोकांशी बोलायचं. अनोळखी हे महत्त्वाचं. घरातले लोक, शेजारी, नातेवाईक, मित्र असे ओळखीचे लोक नाही. असे अनोळखी लोक बोलण्यासाठी मिळावेत म्हणून तू राहात असलेला भाग सोडून इतर भागात फिर. कुणाशीही बोलायचं. काहीही निमित्त शोधायचं. पत्ता विचारायचा. स्टँडवर गाडीची चौकशी करायची. मंडईत भाजीची, तर दुकानात मालाची चौकशी करायची. हळूहळू बोलण्याची व्याप्ती, आकार वाढवायचा. स्वत:चं मत व्यक्त करायचं. दुसऱ्याला त्याचं मत व्यक्त करण्यास भाग पाडायचं. त्यासाठी काही जुजबी खरेदी कर. एखादं 'डमी' काम कर. तीन महिन्यानंतर माझ्याकडे ये."

चार महिन्यानंतर नोकरी मिळाल्याचे पेढे घेऊन मुलगा आई-वडिलांसोबत आला. मुलगा भरभरून बोलत होता. आई-वडिलांच्या वाट्याला बोलणं येत नव्हतं. त्या दोघांच्याही डोळ्यातून आनंद आणि पाणी दोन्हीही ओसंडून वहात होतं. तो मुलगा आता दुसऱ्यांच्या मुलाखती घेतो.

बोलायला हवं, भरभरून बोलायला हवं. आणि मग हळूहळू त्या बोलण्याला योग्य माप, आकार, बंदिस्तपणा, धोरण द्यायला हवं. एवढं आलं, की आपलं बोलणं दुसऱ्याला आवडायला लागतं. दुसऱ्याला आपणही आवडायला लागतो. हवेहवेसे वाटू लागतो. दुसरे आवर्जून आपल्या जवळ येतात. एकटेपणा उरत नाही. उणेपणा उरत नाही. आपल्याला हवं ते दुसऱ्याकडे व्यक्त करू शकतो.

हवे ते मागू शकतो. हवं ते मिळवू शकतो. आपल्या व्यक्तिमत्त्वाची छाप दुसऱ्यावर पाडू शकतो. हवा तो मानमरातब, आदरसत्कार मिळवू शकतो. दैनंदिन जीवन अधिक समृद्ध, सुखाचं, आनंदाचं होतं.

पण आधी बोलायला हवं!

वरील गोष्टीतील मुलास मी जे सांगितलं तेच सगळ्यांना सांगू इच्छितो की, रोज किमान एका तरी अनोळखी व्यक्तीशी बोलायला हवे. काम असो वा नसो, बोलणं व्हायलाच हवं. त्यासाठी विशेष वेगळा वेळ काढून प्रयत्न करा असे मी म्हणत नाही. आपल्या दैनंदिन व्यवहारामध्ये राहूनच अशा संधीसाठी जागरूक आणि सतर्क रहावे. ज्या व्यक्तीशी आधी कधीच बोललो नाही अशा एका तरी व्यक्तीशी बोलायचे जर मनापासून ठरवले तर नंतर तो एक सवयीचा भाग होऊन जाईल. त्यासाठी वेगळा वेळ काढावा लागणार नाही. वेगळे श्रम घ्यावे लागणार नाहीत.

काही दिवसांनी तुमच्यात घडून आलेला बदल तुमच्या लक्षात येईल.

तुम्हाला अधिक उत्साही वाटू लागेल. तुमच्यात काही नवीन ऊर्जेचा जन्म झाला आहे असे वाटू लागेल. आत्मविश्वासाची पातळी उंचावेल. स्वत:च्या आयुष्यावर स्वत:ची एक पकड जाणवेल.

मनुष्य समाजप्रिय प्राणी आहे हे वचन आपण हजारदा वाचले. हजारदा ऐकले. म्हणजे नक्की काय? माणूस माणसातच जन्माला येतो. वाढतो, राहातो आणि माणसातच मरतो. त्याच्या आयुष्यातील भाव-भावनांचा व्यवहार आणि वजन-काट्याचाही जो काही व्यवहार होतो, तो फक्त माणसाशी होतो. या व्यवहारातूनच त्याच्या सुख-दु:खाची निर्मिती होते. माणूसच माणसाला सुख आणि दु:ख दोन्हीही देतो. दु:ख आपल्याला नको आहे. दु:खासाठी आपण कधीच काही करत नाही किंवा कुठल्या माणसाकडे जात नाही. पण मानवी व्यवहारातून सुखाबरोबर दु:खाचीही निर्मिती होतेच होते. माझे एक पुस्तक 'सुख येता तुमच्या दारी' मध्ये या दु:खाची तीव्रता कमी करणे आणि त्यास दूर ठेवणे याचे सविस्तर विवेचन केले आहे.

पण सुखाचं काय? सुख तर तुम्हाला हवं आहे ना? मग या सुखासाठी माणसाबरोबर व्यवहार महत्त्वाचा आहेच. त्यासाठी माणसाशी संपर्क, माणसाशी वागणं व्हायलाच हवं.

एखाद्या माणसाचं एखाद्या माणसाशी 'वागणं' असं ज्यावेळी आपण म्हणतो तेव्हा त्या वागण्यामध्ये बोलणं आणि कृती यांचा समावेश असतो. आणि नीटसं पाहिलं तर लक्षात येईल की, वागणं म्हणजे ऐंशी टक्के बोलणंच असतं. कृती किंवा प्रत्यक्ष घडण्याचा भाग वीस टक्केच असतो. त्यामुळे वागण्याचं महत्त्वाचं अंग हे बोलणंच आहे. आयुष्याचा ऐंशी टक्के भाग या बोलण्यानेच व्यापला आहे.

आपल्याला बोलायचं आहे. भरूभरून बोलायचं आहे. बोलावं लागेलच. मग कसं बोलायचं हे समजावून घेणं आवश्यक ठरतंच.

आपण ते करू या !

### पण बोलणार नाही !

आयुष्यामध्ये काय करायचे? हे शिकण्याचा आपण खटाटोप करतो. मला वाटतं त्याच्या दुप्पट खटाटोप 'काय करायचे नाही' हे शिकण्यासाठी करायला हवा. एखादी योग्य किंवा बरोबर गोष्ट करण्याने माणसाच्या जीवनात जेवढे स्वास्थ्य निर्माण होण्याची शक्यता असते त्यापेक्षा कितीतरी पटीनं अधिक स्वास्थ्य एखादी अयोग्य गोष्टी करण्याचे टाळण्याने निर्माण होऊ शकते.

अनेक गोष्टी आपल्याला माहीत असतात. पण ते न बोलणे अधिक फायद्याचे

तर असतेच पण तेवढेच ते गरजेचे आणि महत्त्वाचेही असते. समोरचा माणूस मूर्ख आहे हे त्याच्या तोंडावर न सांगणेच योग्य ठरते. समोरच्या व्यक्तीमधील उणिवा, व्यंग हे आपल्याला समजले की आपल्याला वाटते काही शोध लागला, तो साऱ्या जगाला सांगावा. वास्तविक साऱ्या जगाला ते आधीच माहीत असते. आणि नसले तरी ते सांगणे ही तुमची जबाबदारी नाही. तुमचे काम नाही. तुम्ही गप्प बसा.

पण तुम्ही उतावीळ! गप्प बसत नाही. सांगायला जाता. तोंडावर पडता. बदनाम होता. गप्प बसणारे शहाणे ठरतात. थोडक्यात 'कुठले बोलणे' टाळायचे हे शिकले पाहिजे. आणि नुसतेच शिकून उपयोग नाही तर प्रत्यक्षात ते बोलणे टाळले पाहिजे. एवढे तंतोतंत समजले आणि जमले तरी निम्मे यश तुमच्या पदरात पडलेच म्हणून समजा.

पती-पत्नी या संबंधात काय करायचे यापेक्षा काय करायचे नाही हे जास्त महत्त्वाचे ठरते. काय बोलायचे यापेक्षा काय बोलायचे नाही हे जास्त महत्त्वाचे ठरते. कुठले विषय टाळायचे एवढे ठरले, तरी निम्मा संसार सुखाचा होतो.

माझा एक मित्र आहे प्रसाद नावाचा. लग्नाला चोवीस वर्षे झाली. पण घरात रडारड चालूच आहे. कर्जबाजारी झाला आहे. लग्नानंतर बायकोला- मुलांना सुखानं ठेवायचं या वेड्या हट्टापायी खर्च करत गेला.

बायकोला सिटी बस माहीत नाही. चालणे माहीत नाही. सतत रिक्षा! सतत दवाखाना, महागडी औषधे! बायकोच्या माहेरील लोकांचे येणे-जाणे, पाहुणचार, खाणे-पिणे, कपडालत्ता, औषधे-आजारीपणा, माहेरील ट्रिपा, मुलांची शिक्षणे, फिया, क्लासेस, कॉलेजेस त्यातच स्वत:चे घर, कर्ज... कमावणारा एकटा. आजतागायत एकाही दिवाळीला स्वत:ला कपडे घेतले नाहीत. आज बायको आणि मुलगा त्यालाच वेड्यात काढतात, म्हणतात, तुम्ही मूर्ख आहात. एवढ्या पैशाचे केले काय? पैसा कुठे उडवला? मुलगा कमावत नसूनही बापासच वेडा म्हणतो! बापास वाटते आता मुलाने कमवून त्याला द्यावे. आईला वाटते, मुलाने पाच पैसेही बापास देऊ नयेत. बाप उधळेल. बापाचा गेले दहा वर्षाचा खर्च म्हणजे ऑफिसला येण्याजाण्याचे पेट्रोल आणि दिवसाकाठचा एक-दोन चहा! एवढेच.

आता प्रश्न पडतो की बापाने काय टाळावयास पाहिजे होते? काय करावयास नको होते?

१. सुरुवातीसच खर्चाची शिस्त स्वत:स आणि इतरांस लावावयास पाहिजे होती.

२. दुसऱ्यासाठी खर्च करताना तो आपल्यासाठी किती खर्च करतो हे

पाहावयास पाहिजे होते.

३. बायको-मुलांना सुखात ठेवायचे या ध्येयापायी त्यांना कमकुवत लुळेपांगळे करावयास नको होते.

४. इतर घरात असे खर्चाचे स्वरूप नसते हे बायकोस सांगावयास पाहिजे होते.

५. इतरांबरोबर स्वत:साठीही खर्च करावयास पाहिजे होता. स्वत:च्या आवडीचे कपडे, स्वत:च्या आवडीचे खाणे याचा विचार करावयास पाहिजे होता.

प्रसाद परवा माझ्याकडे रडत होता. निराश झाला होता. त्याच्या कठीण काळात बायको कधीही त्याच्या बाजूने उभी राहात नाही. त्याला घाणेरड्या शिव्या देते. सगळा दोष त्याला देते. स्वत:स दोन वेळच्या अन्नाव्यतिरिक्त काहीच लागत नाही असा त्रागा करते. मोठ्यांदा ओरडते. मुलांसमोर ओरडते. मुलांनाही वाटते की आपला बापच नालायक आहे. प्रसाद म्हणतो, मुलीच्या लग्नासाठी जगायचं, नाहीतर जगण्यात फार काही अर्थ उरला नाही.

प्रसादची बायको वास्तविक कष्टाळू अगदी सत्यशील आहे. पण स्वत: सगळ्यापासून अलिप्त आहोत, माझा कशाशीही संबंध नाही, मी कशालाही जबाबदार नाही अशी भावना बोंबाबोंब करून जोपासण्यातच तिला धन्यता वाटते. ती अडाणी आहे.

प्रसादने रडत विचारले, ''आता काय करू?''

म्हटले, ''गप्प बस. काहीही बोलू नकोस.''

जे आयुष्यभर न करणे जमले नाही; आता निदान न बोलणे तरी जमले पाहिजे. आता बोलणे टाळायला हवे. कारण आता प्रसादचे म्हणणे कितीही खरे असले तरी कुणीही ऐकून घेणार नाही. बायको, मुलगा उलट अधिक आक्रमक होऊन भांडायला उठतील. मुलगा कितीही हुशार असला तरी त्याला सुरक्षेसाठी तात्पुरते आईच्या सुरात सूर मिसळणे फायद्याचे वाटल्याने तो तेच करेल. तो कधीही बापाची बाजू घेणार नाही. बाप आता एकटा पडला आहे. हे खरं! पण आता त्याने तो एकटेपणाच कवटाळत जगावे? परमेश्वरकृपेने इतरांना आली अक्कल तर आली. नाहीतर चालले तसे चालू द्यावे. कुणाकडून कसलीही अपेक्षा करू नये.

मुख्य म्हणजे, बोलू नये. बोलणे टाळावे.

नवऱ्यानं नेहमी लक्षात ठेवावं की बायकोच्या माहेराबद्दल चांगले-वाईट काहीच बोलू नये. बायकोची इतर कुठल्याही स्त्रीबरोबर तुलना करून नये. एवढ्या दोन गोष्टी टाळल्या तरी पुढची अनेक प्रापंचिक युद्धे टळू शकतात.

***का बोलायचं?***

आपल्याला हवं आहे ते मिळवण्यासाठी आपल्याला दुसऱ्याशी बोलावंच लागतं. पण मघाशी आपण सुखाचं जे बोललो ते माझ्या दृष्टीनं अधिक महत्त्वाचं आहे. हे सुख माणसाच्या सहवासाचं आहे. मैत्रीचे आहे. स्नेहाचे आहे. यातून निर्माण होणाऱ्या आसक्त भाव-भावनांचं आहे. मनाला वाटणाऱ्या आधाराचं आहे. आपण एकटे नाही या जाणिवेचं आहे. साथ-सोबत आणि प्रेम या जगण्याच्या मूळ प्रेरणेचं आहे. मग या सुखासाठी बोलायला तर हवेच!

***कसे बोलावे***

एकदा बोलायचे ठरले की कसे बोलावे, कुठे आणि किती बोलावे वगैरे महत्त्वाचे ठरते. कारण बोलण्यामुळे गोष्टी जशा घडू शकतात तशा बिघडूही शकतात. कसे बोलावे यासंबंधी बरीच पुस्तके उपलब्ध आहेत. मराठीत आहेत. इंग्रजीत तर बरीच आहेत. ही वाचल्यानंतर असं लक्षात येतं की, या पुस्तकात बऱ्याच युक्त्या, तांत्रिक बाबी सांगितलेल्या आहेत. दुसऱ्यास तात्पुरते प्रभावित करून आपला मतलब साध्य करून घेणे असा गाभा या संभाषणकलेचा वाटतो. मला स्वत:ला हे फारसे बरे वाटत नाही.

एखादी युक्ती किंवा तंत्र असे जेव्हा आपण म्हणतो तेव्हा आपल्याला हवा असलेला अंतिम परिणाम आपण मनाशी आधी ठरवलेला असतो. त्या परिणामापर्यंत आपल्याला समोरच्या व्यक्तीस घेऊन हळूहळू किंवा वेगात प्रवास करायचा असतो. माणसाच्या मनाची रचना आणि त्याचा वैचारिक प्रवास याचा थोडा अभ्यास करून आपण समोरच्या व्यक्तीस आपल्याला हव्या असलेल्या अंतिम परिणामापर्यंत नेऊ शकतो. यामध्ये समोरच्या व्यक्तीच्या मनाशी सरळ सरळ खेळ असतो. राजकारण म्हणून, धोरण-पॉलिसी म्हणून काही लोकांना हे योग्य वाटते, तिथे आपण काय बोलणार? पण मनाला हे बरे वाटत नाही.

समोरच्या व्यक्तीचे मन प्रेमाने आपलेसे करणे ही क्रिया संथ असली तरी तिचे परिणाम शाश्वत आहेत. 'या हृदयीचे त्या हृदयी' करण्यानेही सत्तर टक्के गोष्टी साध्य होतात. उरलेल्या तीस टक्के गोष्टींसाठी राजकारण करायचे की नाही हे तुम्ही ठरवा. आपण आधी प्रेमाने सत्तर टक्के गोष्टी तरी मिळवूयात.

केवळ राजकारण करून कमावलेलं यश गतिमान आणि तुलनेनं मोठं दिसत असलं तरी ते अल्पायुषी ठरतं. राजकारण उलटलं तर असं यश एका फटाकाऱ्यात धुळीस मिळू शकतं. एका रात्रीत नामशेष होऊ शकतं. निव्वळ राजकारण करणाऱ्या

आणि जनतेच्या मनाशी, भावनांशी खेळणाऱ्या एखाद्या नेत्यास लोक एका रात्रीत सोडतात. मात्र जो नेता एकेक माणूस प्रेमानं जोडत मोठा होतो, तो कायमचा माणसांच्या हृदयात रहातो. माणसे त्यास कधीही सोडत नाहीत.

बोलण्यातील तंत्रापेक्षा बोलण्यातील भाव खूप महत्त्वाचा आहे. बोलण्यामागची तळमळ महत्त्वाची आहे. खरेपणा महत्त्वाचा आहे. या साऱ्याला बोलण्यातील मंत्र म्हणता येऊ शकेल. मंत्राने एखादी गोष्ट तंत्रापेक्षा उशिरा मिळेल पण शक्यतो कुणासही न दुखावता मिळू शकेल. मिळालेली गोष्ट कायमस्वरूपी तुमची राहू शकेल. मिळालेली माणसे कायमस्वरूपी तुमची होतात. तुमची राहतील.

या मंत्राचा अभ्यास आणि सराव ही थोडी संथ गतीनं जाणारी प्रक्रिया आहे. पण यात धोका नाही, यश आहे. खात्रीनं आहे. टिकणारे यश आहे. नुकसानीची शक्यता कमीत कमी. एका रात्रीत सगळं सपाट होण्याची शक्यताही कमीत कमी. हा अभ्यास नक्की आहे तरी काय? कसा? 'मित्रांनो हा अभ्यास तुम्हाला तुमच्या व्यक्तिमत्त्वात बदल करण्याचं आवाहान करतो आहे.' तुमचं व्यक्तिमत्त्व बदलताना काय काय बदलाल? तुमची विचार करण्याची पद्धत बदला, तुमचा स्वभाव, तुमच्या सवयी बदला, तुमचे ज्ञान वाढवा. तुमची सोशिकता, संयम वाढवा, मानवता, समता, बंधुत्व हे गुण वाढवा. तुमचं मानसिक आणि शारीरिक सशक्तीकरण करा. तुमचं दिसणं, तुमचं राहणीमान सुधारा. बोलण्यातील स्वच्छता, सफाई वाढवा. खरेपणा, तळमळ वाढवा, दुसऱ्याबद्दलची कणव वाढवा. अशा गुणांचे नव्याने रोपण, संगोपन आणि समृद्धी करा. हा मंत्र तुम्हाला जमून गेलाच पाहिजे हा विश्वास बाळगा.

### *आधी ऐकावे खूप –*

चांगलं गाणं म्हणता येण्यासाठी गाण्याचा खूप सराव करावा लागतो, मग गळा तयार होतो. पण बुजुर्ग सांगतात की गळ्याबरोबर कानही तयार हवा. याचाच अर्थ, गाणं म्हणण्यापूर्वी किंवा गाणं म्हणण्याबरोबरच खूप गाणं ऐकायलाही हवं. बोलण्याचंही अगदी तसंच आहे. वाणी तर बोलून तयार होईलच, पण त्याचबरोबर कानही तयार हवा. त्यासाठी आधी खूप बोलणं ऐकायला हवं. लहानापासून थोरांपर्यंत सगळ्याचं बोलणं ऐकायला हवं. सर्व थरातल्या लोकांचं बोलणं ऐकायला हवं. नोकरी करणाऱ्यांचं बोलणं, व्यवसाय करणाऱ्यांचं बोलणं, भाजीवाले, दुकानदार, शेतकरी, कामगार, कारखानदार, चपराशी, कलेक्टर, अशा सगळ्यांचे ऐकावे. स्त्री-पुरुषांचे ऐकावे. पुढारी-विचारवंतांचं ऐकावे. समाजसेवक, लेखक, शास्त्रज्ञ,

सैनिक, सैन्यअधिकारी, दारुडा, चोर, लफंगा, सज्जन, हलकट अशा सगळ्यांचे भरपूर बोलणे ऐकायला हवे.

या सगळ्या बोलण्याचा आपल्या मनावर खूप परिणाम होत असतो. संस्कार होत असतो. आपले म्हणणे दुसऱ्यास सांगण्याची, दुसऱ्यास पटवून देण्याची, त्याच्या गळी उतरण्याची प्रत्येकाची एक वेगळी शैली असते. प्रत्येकजण त्यासाठी शब्दांची वेगळी रचना, वेगळी गुंफण करतो. आवाजाची कमी-अधिक पट्टी वापरतो. शब्दांवर कमी-अधिक जोर देतो. हे सगळं ऐकायला हवं. रिचवायला हवं, यावर विचार करायला हवा. हे सगळं मनोरंजक तर असतंच त्याचा नीट आस्वादही घेता यायला हवा. यातूनच स्वतःच्या व्यक्तिमत्त्वास शोभणारी, स्वतःच्या व्यक्तिमत्त्वात मिसळून जाणारी, तुमची स्वतःची बोलण्याची एक शैली निर्माण होते. हळूहळू ती विकसित होत राहाते. काही कडू गोड अनुभवानंतर, काही फायद्या-तोट्याच्या गोष्टी अनुभवास आल्यानंतर हळूहळू ही शैली दोषमुक्त होत जाते. अधिक बंदिस्त, नियोजनबद्ध आणि प्रभावी बनत जाते. केवळ ऐकण्यातून घडत जाणाऱ्या या गोष्टीस आपण आपल्या अभ्यासानं, माहितीनं अधिक सशक्त आणि समृद्ध बनवणार आहोत.

### दुसऱ्याचे ऐकण्यासाठी –

दुसऱ्याचं आपण केव्हा ऐकतो? एक तर त्या ऐकण्यामागे आपला काही हेतू असतो, कारण असते अथवा अपरिहार्यता असते. किंवा सांगणारा तरी महत्त्वाचा असतो नाहीतर जो तपशील तो सांगतो आहे तो तपशील तरी महत्त्वाचा असतो. थोडक्यात, समोरच्या व्यक्तीस आपण महत्त्व दिले तरच त्याचे ऐकणे आपल्यास शक्य होईल. ते निरर्थक वाटणार नाही. ज्या लोकांना चांगलं बोलता येत नाही त्यांचा दोष हाच की ते इतरांचं खूप ऐकत नाहीत किंवा इतरांना फार महत्त्व देत नाहीत. खूप लोक असे असतात जे इतरांना महत्त्व देणं कमीपणाचं समजतात. त्यांना ते खूप जड जातं. कारण इतरांपेक्षा आपल्यालाच अधिक कळते असे त्यांना खात्रीने वाटते. त्यामुळे दुसऱ्याचे ऐकणे होत नाही आणि यांचे बोलणे सुधारत नाही.

लहान मुलांच्या बाबतीत एक उलट धोका होऊ शकतो. समूहामध्ये एखाद्या मुलास कमी महत्त्व दिलं जातं. त्याच्याशी इतर मुलं बोलत नाहीत. त्यामुळे त्याचं ऐकणं कमी होतं. त्याचं बोलणं अशक्य राहातं.

दुसऱ्यास महत्त्व कसं द्यायचं? इथे मला डॉ. आनंद नाडकर्णी यांनी 'स्वभाव-विभाव' या पुस्तकात मांडलेली 'भावनिक स्वार्थ' ही संकल्पना फार

मोलाची वाटते. तिची आपण मदत घेऊ या!

कुणीही मला महत्त्व दिले की मी सुखावतो. तुम्हीही सुखावता. मला कोण महत्त्व देतं हे सुद्धा मी पहात नाही. मला महत्त्व मिळालं ही भावनाच सुखावणारी आहे. स्वत:चं महत्त्व वाढवण्यासाठी लोक काय वाटेल ते करतात, वाटेल ते बोलतात. कुठल्याही थराला जातात. कुणास महत्त्व मिळवण्यासाठी इतकं करावं लागतं ते आपण आयतंच त्याला देऊ या!

अनेक धर्मांमध्ये अशी एक ठाम संकल्पना आहे की आपण एखाद्याबद्दल चांगली इच्छा केली, चांगला विचार केला की परमेश्वर तीच चांगली इच्छा चांगला विचार दुप्पट करून आपल्यासाठी करतो. दुसऱ्यास महत्त्व देऊन मी त्यास सुखी करत असेन तर त्याच्या दुप्पट सुख परमेश्वर मला देईल. आपल्याला आणखी काय हवं आहे? चला तर, दुसऱ्याला सुखी करू या. त्यासाठी त्याला महत्त्व देऊ या. त्याला महत्त्व दिलं, की त्याचं बोलणं ऐकणं शक्य होईल. आणि असं खूप बोलणं ऐकलं की आपलं बोलणं समृद्ध होईल.

***चतुर मुलगा –***

पहिलीपासून दोन मुले एकाच वर्गात शिकत होती. त्यापैकी शरद नेहमी पहिला यायचा आणि शिरीष नेहमी दुसरा. असं दहावीपर्यंत चालूच होतं. शरदनं पहिला नंबर कधीच सोडला नाही आणि प्रयत्न करूनही शिरीषला पहिला नंबर कधीच मिळवता आला नाही.

दहावी सुरू झाली. पहिला दिवस. सगळे सज्ज झाले होते. शरद आणि शिरीष तर पहिल्या दिवसापासूनच तयारीत होते. कठोर परिश्रम करायचे असे दोघांनीही ठरवले होते. पहिल्या नंबरसाठी जिवाचं रान करण्यासाठी दोघेही आतुर होते.

एकेक टॉप शिक्षक शिकवायला येत होते. भूगोलचा तास सुरू झाला. एक नवीनच शिक्षक वर्गात आले. याच वर्षी ते हायस्कूलमध्ये दाखल झाले होते. एम. ए. एम. एड. अशी त्यांची डिग्री होती. त्यांनी शिकवायला सुरुवात केली. अरेरे! त्यांच्या वाणीत दोष होता. ते जरासे तोतरे बोलत होते. दुसरी गोष्ट- ते खेडेगावचे होते. त्यांची भाषा अगदी पुस्तकी छापाची नसून बोली छापाची होती.

शरदला या सरांच्या भाषेबरोबर, वाणीबरोबर जुळवून घेता येईना. त्याच्या डोक्यात तिडिक जात असे. त्याला या सरांचं बोलणं ऐकणं असह्य होई. असले कसले सर? त्यांना नीटसं बोलता सुद्धा येत नाही. या सरांबद्दल

कणभरही महत्त्व शरदच्या मनात उमटेना. त्यामुळे तो त्यांचं ऐकू शकेना. त्याचं लक्ष लागेना.

शिरीषनं त्यांची डिग्री पाहिली. भूगोलातले पण तज्ज्ञ 'एम.ए' आणि शिकवण्याच्या शास्त्रातलेही तज्ज्ञ 'एम. एड.' त्यानं सरांची विद्वत्ता मान्य केली. त्यांचं महत्त्व मान्य केलं. आणि त्यांचं महत्त्व मान्य केल्यानं तो त्यांचं ऐकू लागला. त्यांची खेड्याकडची भाषा, वाणीतला तोतरेपणा या गोष्टींची कुठलीही अडचण शिरीषला जाणवली नाही. सरांच्या तोतऱ्या आणि गावाकडच्या भाषेत ज्ञानाचा धबधबा प्रत्ययास येत नव्हता, पण ज्ञानाचे छोटे छोटे झरे मात्र अखंड वाहताना शिरीषला जाणवत होते. स्वत:च्या मनाची विहीर या झऱ्यांनी तो भरू लागला.

शरद मात्र हे सर जाऊन दुसरे सर येतील अशा प्रयत्नात वेळ घालवू लागला. स्वत:च्या आई-वडिलांना घेऊन तो प्रिन्सिपॉल सरांना भेटला. तक्रार केली. उपयोग होईना. हे सर जाण्याची तो वाट पाहू लागला. त्यानं शेवटी वैतागून भूगोलासाठी खास वेगळी स्पेशल शिकवणी लावली. त्याचं मन थोडं सैरभैर झालं. अभ्यासातला समतोल गेला. वर्ष संपलं.

शरदचा दुसरा नंबर आला

शिरीषचा पहिला नंबर आला.

□□

<h1>–२–</h1>
<h1>बोलण्याआधी</h1>

आपण खूप वेळा खालील वाक्ये ऐकली आहेत.

१ - शब्द म्हणजे बंदुकीतील गोळी आहे. एकदा सुटली की, परत बोलावून घेता येत नाही.

२ - शब्द म्हणजे धनुष्याला लावलेला बाण आहे. एकदा सुटला की परत बोलावून घेता येत नाही.

ती गोळी, तो बाण कुठेतरी जाऊन लागतोच आणि त्याचा जो काही बरा-वाईट परिणाम व्हायचा तो होतोच. तो टाळता येत नाही.

खूप विचार करून बोललं पाहिजे. बोलून विचारात पडणं योग्य नाही.

बोलण्याआधीची आपण थोडीशी तयारी करू या!

*पूर्व तयारी –*

१. व्यक्तिमत्त्वामध्ये बदल करावा. ते समृद्ध करावं.

२. खूप वाचन हवं. माहिती हवी.

३. खूप प्रवास करायला हवा. खूप स्थळांना भेटी द्यायला हव्यात.

४. अनेक प्रकारच्या माणसांशी गाठभेट हवी. स्नेह हवा. संभाषण हवं.

५. खूप ऐकायला हवं.

६. चांगली भाषणे, प्रवचने, कीर्तने ऐकायला हवीत. व्याख्याने ऐकायला हवीत. गाण्याचे कार्यक्रम ऐकायला हवेत. अनेक प्रकारची निवेदने कानावरून जायला हवीत.

७. नाटक, सिनेमा पहायला हवीत. पौराणिक, ऐतिहासिक कथा ऐकायला हव्यात. रामायण-महाभारत ऐकायला हवे. शिवाजीमहाराज-पेशवे ऐकायला हवे. स्वातंत्र्यसंग्राम ऐकायला हवा. १८५७ चे युद्ध ऐकायला हवे.

८. मन विचारांनी समृद्ध करायला हवं.

९. संस्कृतीच्या दर्शनानं आणि माहितीनं स्वत:ला समृद्ध करायला हवं.

१०. मनामध्ये समाजवादाच्या मूळ जाणिवा मुरायला हव्यात. मानवता, माणुसकी, समता-बंधुत्व यांनी मन पूर्णपणे व्यापून जायला हवं.

११. समोरच्या व्यक्तीबद्दल प्रेम, कळवळा, तळमळ हवी.

१२. स्वत: रोज व्यायाम करायला हवा. प्राणायम, सूर्यनमस्कार, चालणे, धावणे आदि करायला हवे.

१३. माफक खावे. शरीर समृद्ध आणि सुडौल ठेवावे.

१४. स्वच्छ राहावे. टापटीप, नीटनेटके राहावे. तुमच्याकडे पाहून इतरांस प्रसन्न वाटावयास हवे. कुणासही किळस अथवा घाण वाटता कामा नये.

१५. समोरच्या व्यक्तीच्या अंगचे गुण पटकन ओळखू यायला हवेत. त्याचे कौतुक करता यायला हवे.

१६. स्मरणशक्ती चांगली राहावी म्हणून विशेष परिश्रम घ्यायला हवेत. बोलताना तपशील पटापटा आठवायला हवा. घटना, प्रसंग, व्यक्ती, वाक्य, शब्द, स्थळ हे नीट लक्षात ठेवून, हवे तिथे बोलता आले पाहिजे.

१७. आंततराष्ट्रीय घडामोडींबद्दल आपली माहिती अपडेट असायला हवी. आपण जागरूक असायला हवे.

१८. मेंदूत साचत गेलेली घाण वारंवार उपसून मनाबाहेर फेकून द्यावी. मेंदूत चांगल्या गोष्टींचा भरणा करावा. मेंदूला सतत सतर्क आणि कार्यमग्न ठेवावे.

### काय टाळावे –

स्वत:च्या व्यक्तिमत्त्व विकासासाठी काय करायचे याची साधारण माहिती आपण घेतली. या माहितीची व्याप्ती, व्यापकता आपण वाढवू शकता आणि व्यक्तिमत्त्व समृद्धीसाठी कष्ट घेऊ शकता.

यानंतर एक महत्त्वाचा प्रदेश आहे. तो आहे आपल्या बोलण्यातील दोष दूर करण्याचा. चुका टाळण्याचा. उणिवा भरून काढण्याचा. हे बऱ्यापैकी अवघड असते. बऱ्याचदा गप्प बसणे आवश्यक असते. आणि खूप लोकांना जमत नाही. केवळ गप्प बसणे जमले नाही म्हणून लोक अडचणीत येतात. माणूस गप्प बसू शकत नाही त्याची काही कारणे मी खाली देत आहे.

### १. 'बढाया' –

काही लोक खूप बढाया मारतात. स्वत:बद्दल अतिरंजित माहिती देतात,

व्यक्तिमत्त्व, आवडी-निवडी, स्वभाव, छंद, कला-कौशल्य, आर्थिक परिस्थिती, एकूण धोरण याबाबत वारेमाप खोटे बोलतात. पण काही काळातच त्यांचे खोटे उघड होते. खरे स्वरूप लोकांसमोर येते.

जेवढे करू शकतो, तेवढेच बोलावे. आणि जेवढे बोलू तेवढे करावे.

### २. *'उतावीळपणा'* –

मनात आहे ते पटकन बोलल्याशिवाय काही लोकांना स्वस्थ वाटतच नाही. ते बोलल्याशिवाय गप्प बसूच शकत नाहीत. आपण बोलून फसू शकतो, संकटात सापडू शकतो, अशी शक्यता मनात असूनही हे लोक बोलतात, स्वत:चं बोलणं स्वत:च थांबवू शकत नाहीत. थोपवू शकत नाहीत. खरं तर, हे एक प्रकारच्या मानसिक दुबळेपणाचंच लक्षण आहे.

### ३. *'प्रदर्शन'* –

काही लोक स्वत:च्या ज्ञानाचं, विद्वतेचं प्रदर्शन करतात. असं करून स्वत:स काही खास महत्त्व प्राप्त करून घेण्याची खोड असते. खरे ज्ञानी आणि विद्वान लोक जास्त बोलत नाहीत. जिथे बोलायचं तिथे आणि जेवढं बोलायचं तेवढंच बोलतात. जे अर्धवट ज्ञानी किंवा अगदीच मूर्ख असतात तेच अधिक बडबडत असतात.

### ४. *नावे ठेवणे* –

काही लोक सतत दुसऱ्यास नावे ठेवतात. दुसऱ्यास कमी लेखणे, हिणवणे, दुसऱ्यास मानसिक त्रास देणे, छळणे, दुसऱ्याचे नुकसान करणे, दुसऱ्याची प्रगती सहन न होणे, चेष्टेखारे स्वभाव असणे, तुसडा स्वभाव असणे, दुसऱ्याबद्दल मनात असूया, तिरस्कार अशा भावना असणे, स्वत:च्या उणिवा, कमीपणा, व्यंग, अज्ञान लपविण्यासाठी धडपडणे– अशा अनेक उतावीळ ऊर्मींमधून ही माणसे गप्प बसू शकत नाहीत.

### ५. *स्वयंघोषित विनोदी* –

काही लोकांना उगाचच असे वाटत असते की ते थोर विनोदी वगैरे आहेत. त्यांच्या विनोदी बोलण्यामुळे लोक खूश होऊन हसतात. असे लोक अव्याहत बडबडत असतात. वास्तविक ते इतरांना वैताग आणि कंटाळा आणतात.

### ६. *मत आणि सल्ला* –

काही लोक स्वत:हून स्वत:चे मत आणि सल्ला देतात. मागितला नाही तरी! नको म्हटले तरी! प्रत्येक ठिकाणी, प्रत्येक विषयावर, प्रत्येक व्यक्तीस ते स्वत:चे

मत आणि सल्ला देतात. स्वत:चे मत आणि सल्ला त्यांना खूप महत्त्वाचा वाटतो. असे लोकही दुसऱ्यास असह्य अशी बडबड करू शकतात.

### ७. *समांतर कथा* –

कुणीही बोलत असेल तर त्याचं बोलणं पूर्णही न होऊ देता त्या बोलण्यास समांतर बोलणं सुरू करण्याची खोड काही लोकांना असते. या समांतर बोलण्यामध्ये स्वत:चा अनुभव या सदरात एखादी गोष्ट असते. अशी गोष्ट अती कंटाळवाणी, रटाळ, वायफळ आणि व्यर्थ असते. पण काही निरुपयोगी लोक अशा कथा समोरच्या व्यक्तीस ऐकवल्याशिवाय त्यास सोडतच नाहीत. साप, चोर, भूत, फजिती, कुणाला शिकवलेला धडा वा अद्दल, पार्ट्या, लग्न, प्रवास अशी या कथांची साधारण रचना असते. बहुधा थापाच असतात. रांगेशिवाय काढलेली तिकीटं किंवा मिळविलेले देवदर्शन अशाही या कथा असतात. काढलेली ओळख आणि समोरच्या मोठ्या व्यक्तीने केलेले काम असलं काही सांगितल्याशिवाय सुद्धा काही लोक गप्प बसू शकत नाहीत.

### ८. *फटकळपणा / अर्धवटपणा* –

काही लोक समोरच्या व्यक्तीस फटकन तोंडावर म्हणतात, तुझे चुकले, तू वेडा आहेस, तू मूर्ख आहेस, तू चोर आहेस. खरं तर समोरचा माणूस खरोखरच मूर्ख, वेडा, चोर असतोच त्यावेळी! तो चुकलेलाही असतो. पण अशी गोष्ट लगेच त्याच्या तोंडावर फाडकन सांगायची नसते. यामुळे खूप अनर्थ होऊ शकतो. हीच गोष्ट नंतर, वेगळ्या भाषेत, वेगळ्या स्वरूपात सांगता येते. वेगळ्या संदर्भात, वेगळ्या ठिकाणी सांगता येते. यामुळे गोष्टी सुलभ होतात. अर्थात, अशावेळीही गप्प बसून चालत असेल तर अवश्य गप्प बसावे.

आयुष्यात काही वेळा अशा येतात की तिथे ताडकन आणि फाडकन बोलण्याची गरज असते. अशा वेळी जरूर तसे बोलावे.

### ९. *ऐसे बोलावे बोल* –

बऱ्याचदा कानावर पडते ते ऐकवत नाही. असे वाटते, हे ऐकायला नको. लक्षात ठेवा, जे तुम्हास ऐकावयास नको वाटते ते तुम्ही स्वत: कधीही बोलू नये. जसे बोलणे ऐकू नये असे वाटते, तसे बोलणे आपण स्वत: कधीही बोलू नये.

### १०. *अवांतर, जादा बोलणे* –

काही लोक बोलणे टाळू शकत नाहीत. हे आपण पहिले. त्यांना बोलल्याशिवाय

रहावत नाही आणि त्यापायी ते नसती आफत ओढवून घेतात. याप्रकारची आणखी एक छटा म्हणजे अवांतर किंवा जादा बोलणं. मुद्याचं बोलून झाल्यानंतरही त्याच्या मागचे, पुढचे, इकडचे-तिकडचे बोलत रहातात. अनावश्यक टीका, टिप्पणी करत रहातात. त्यामुळे मूळ विषय बाजूला राहातो आणि प्रचंड अनर्थ ओढवतो.

आपण दोन उदाहरणे पाहू या.

***१- पती-पत्नी –***

(पती दाराची बेल वाजवतो. पत्नी दार उघडते. पती आत येतो. ती हसून विचारते—)

**पत्नी** - चहा करू लगेच? की काही खाणार?

**पती** - नको. दोन्ही ऑफिसमध्येच झालं आज. दामले रिटायर झाला ना आज!

**पत्नी** - अच्छा! त्यामुळे उशीर झाला का? मला वाटलं, मी दिलेला 'बॉक्स' द्यायला माझ्या माहेरी माझ्या आईकडे गेला होतात.

**पती** - सॉरी! खरं म्हणजे या रिटायर प्रकरणात मी ते साफ विसरून गेलो.

(वास्तविक, आता एवढ्याच मुद्द्याला धरून पत्नीने फक्त खालील बोलणे अपेक्षित आहे)

***पत्नी*** - *मला हे अजिबात आवडले नाही. माझ्या आईकडे बॉक्स पोहोचवणं हे खूप महत्त्वाचं काम आहे असं मी तुम्हाला सकाळीच बजावून सांगितलं होतं, तरी तुम्ही विसरलात. मला दुःख दिलंत तुम्ही. माझा अपराध केलात. यामुळे माझ्या आईचा माझ्याविषयी गैरसमज होऊ शकतो. ती मला बेजबाबदार समजू शकते. असो! ती वस्तू आजच तिथे पोच होणं गरजेचं आहे. तुम्ही पुन्हा बाहेर पडा आणि ते काम करून या (किंवा) ठीक आहे! उद्या सकाळी पोच केलं तरी चालेल. उद्या ऑफिससाठी लवकर बाहेर पडा. आधी आईकडे जाऊन ती वस्तू द्या. उद्या मात्र विसरू नका (हे बोलणं लांबलचक वाटलं तरी मुद्द्याला धरून आहे. यावर पती उत्तर देईल)*

***पती*** - *मला तुझं बोलणं मान्य आहे. माझी चूक झाली. मी विसरलो. तुझ्या आईची गैरसोय झाली. तिचा तुझ्याबद्दल गैरसमज होऊ शकतो. याला सर्वस्वी मीच जबाबदार आहे. मी तुझी आणि तुझ्या आईची माफी मागतो. मी आता लगेच बाहेर पडतो आणि तुझ्या आईस ती वस्तू देऊन येतो (किंवा) उद्या ऑफिसला जाण्याआधी मी तो बॉक्स आधी तुझ्या आईकडे पोच करतो.*

अशाप्रकारे संभाषण झाले तर वाद टळू शकतो. नुकसान टळू शकते. पण

प्रत्यक्ष संवाद कसा होतो ते आपण पाहू.

**पती -** खरं म्हणजे या रिटायर प्रकरणात त्या बॉक्सचं साफ विसरूनच गेलो मी.

**पत्नी -** वाटलंच मला.

**पती -** काय वाटलं?

**पत्नी -** तुमच्याकडून दुसरी काय अपेक्षा करणार? आजपर्यंत कुठलं काम धड केलंत तुम्ही?

**पती -** कुठलं नाही केलं?

**पत्नी -** आता काय यादी वाचू का? वीस वर्षे झाली लग्नाला! माझं एक काम केलं असेल तर शपथ!

**पती -** तुझं काम केलं नाही याचा अर्थ काय? मग कामं केली ती कुणाची केली?

**पत्नी -** तुमचं तुम्हाला माहीत, कुणासाठी राबता ते! नाहीतरी गावची हमाली करायला उत्साह असतोच तुम्हाला. बायकोनं एखादं काम सांगितलं की असं करून ठेवायचं, म्हणजे परत काही सांगायलाच नको.

**पती -** तोंडाला येईल ते बोलू नकोस. आजपर्यंत एक हजार कामे सांगितलीस, त्यातलं एक केलं नाही तर ही भाषा?

**पत्नी -** तेच सांगते आहे तुम्हाला! दहा सुद्धा कामे सांगितली नसतील आजपर्यंत. त्यातलं एक तरी धड केलंत कधी? जाऊ द्या! मी अपेक्षा करते हेच चुकतं. तुमच्याकडे माझं काम करण्याची ना तर इच्छा आहे, ना धमक आहे.

**पती -** धमक असल्याशिवाय प्रपंच झाला? मुले शिकून मोठी झाली?

**पत्नी -** मी होते म्हणून हे सगळं झालं.

**पती -** तू एकटीनंच संसार करायचा होतास मग! माझ्याशी लग्नाच्या फंदात पडलीसच कशाला

**पत्नी -** माहीत नव्हतं ना! माझ्या माहेरच्या लोकांचा द्वेष करणारा असा दिवटा मिळणार आहे.

**पती -** मी द्वेष करतो? तुझ्या माहेरच्या लोकांचा? तुझ्या आईचा?

**पत्नी -** हो, करताच !

**पती -** तुझे माहेरचे लोक इथे येतात. रहातात, खातात, पितात. कपडा-लत्ता घेतात. गेल्या वीस वर्षात चार-पाच लाख गेले माझे त्यांच्यापायी आणि मी त्यांचा द्वेष करतो?

**पत्नी** - बघा ही तुमच्या खानदानाची रीत. खायला घातलेलं पुन्हा बोलून काढायचं.

**पती** - आणि तुमच्या खानदानाची पद्धत काय? खाऊनही खाल्लं नाही असंच म्हणायचं? म्हणून मग हे असं बोलून काढावं लागतं.

**पत्नी** - मी खाल्लेलंही उद्या बोलून दाखवाल. मला केलेलं औषधपाणी काढाल.

**पती** - प्रश्न बोलून दाखवण्याचा नाही. जो खर्च होतो तो होतोच.

**पत्नी** - दिवसभर मी राबत असते या घरासाठी ते काय फुकटंच?

**पती** - उपकार करतेस का? मी सुद्धा दिवसभर ऑफिसात राबतो. कमावतो, त्याच्या दहा टक्के तरी खर्च माझ्यासाठी होतो? सगळं राबणं तुमच्यासाठीच ना?----

(कुठं चाललं आहे हे संभाषण? काही गरज आहे याची? कारण एकच. मुद्दा सोडून पुढचं, मागचं, इकडचं, तिकडचं, बोलणं!)

आपण दुसरं उदाहरण पाहू. माधव आणि सुधीर. माधवनं सुधीरला वेळोवेळी पैशाची मदत केली. मग एकदा माधवच्या बहिणीचं लग्न निघालं. माधवनं सुधीरला पैसे मागितले. सुधीर देतो म्हणाला, पण ऐन लग्नाच्या वेळी देऊ शकला नाही. माधवची तारांबळ झाली. त्याने कसे तरी पैसे उभे केले. लग्न पार पडले. (दोघांचं संभाषण खालीलप्रमाणे होऊ शकतं किंवा ते खालीलप्रमाणे व्हायला हवं.)

***माधव*** - *तुझ्याकडून अशा वागण्याची अपेक्षा नव्हती.*

***सुधीर*** - *मी तुझी माफी मागतो.*

***माधव*** - *तुझी माफी मी स्वीकारली पण त्यावेळी माझी जी अडचण झाली ती त्यामुळे भरून निघू शकेल?*

***सुधीर*** - *माझा नाईलाज झाला.*

***माधव*** - *तू स्वत:ला विकायला पाहिजे होतंस आणि पैसे उभे करून मला द्यायला पाहिजे होतेस. कारणं कशी सांगू शकतोस? माझा सगळ्यात जास्त विश्वास तुझ्यावर आहे. तूच असा वागतोस? मी तुला वेळोवेळी पैशाची मदत केली आहे. तुझी अडचण दूर करण्यासाठी कित्येकदा मी माझी अडचण करून घेतली आहे. तूही तसंच करायला हवं होतंस.*

***सुधीर*** - *मी नाही करू शकलो. मी पुन्हा क्षमा मागतो. मला शिक्षा कर. काहीही शिक्षा कर, मला मान्य आहे. मी तुला वचन देतो. तुलाच काय, मी स्वत:ला*

*वचन देतो की भविष्यात तुला कधीही पैशाची गरज लागली तर तुला पैसे देण्याची संधी मी सोडणार नाही. प्रसंगी स्वत:ला विकून मी तुला पैसे देईन. माझ्यावर विश्वास ठेव. मी लबाड, खोटा नाही. विश्वासघातकी नाही. माझ्याबद्दल गैरसमज करून घेऊ नकोस. आपल्या संबंधामध्ये अंतर येऊ देऊ नकोस.*

**माधव** - *ठीक आहे. यावेळी मी तुला माफ करतो. परत असे करू नको.*

(खरं तर हे संभाषण एवढंच आणि असंच व्हायला हवं. पण ते तसं होत नाही. दोघेही मुद्दा सोडून इतरच अनावश्यक बोलत राहातात. एकमेकांच्या मनाला इजा करतात. संभाषण खालीलप्रमाणे होते.)

**माधव** - तुझ्यावर विश्वास ठेवला ही माझी चूक झाली. तुझ्यासारख्या माणसाकडून नाही तरी दुसरी कुठली अपेक्षा करणार?

**सुधीर** - माझ्यासारख्या माणसाकडून? या तुझ्या शब्दाचा अर्थ काय? मला समजतोस काय तू? गुंड, लबाड, खोटारडा?

**माधव** - तुझे तूच शब्द शोध आणखी! मला आश्चर्य वाटतं, की मला फसवण्याचं तुझं धाडस झालंच कसं?

**सुधीर** - मी तुला फसवलं? तुझं तू ठरवूनच टाकलं. माझी काही अडचण असू शकते, नाईलाज असू शकतो असं नाही तुला वाटलं? तुझ्या विचारशक्तीची कीव वाटते मला!

**माधव** - विचारशक्तीची कीव तर तुझ्याच वाटायला हवी मला. तुला मी वेळोवेळी मदत केली. तेव्हा मी कधीच सांगितली नाही माझी अडचण, माझा नाईलाज.

**सुधीर** - बस झालं! नसेल सांगितली. मी काय कार्यालय भाड्यानं घेऊन तुझा सत्कार करू का? तु कुणाला मदत करत जाऊ नकोस रे! आधी मदत करायची आणि मग त्याला शिव्या देत रहायची, अशी पद्धत आहे तुझी.

**माधव** - तू आता 'माझ्या' पद्धतीवर आलास का? खाऊन उलटणाऱ्या लोकांची ही अवलाद आहे. तू म्हणजे निर्लज्जपणाचा कळस आहेस. बरं झालं, या निमित्तानं तुझं खरं स्वरूप तरी समजलं.

**सुधीर** - माझी म्हणे खाऊन उलटणाऱ्यांची अवलाद आहे? इतकी वर्षे आपण एकमेकांच्या सहवासात आहोत तुला हे आज कळलं का? एका प्रसंगानं? इथून मागे मी तुझ्यासाठी जे वागलो ते सगळं फुकटच गेलं का? माणसांना मोजण्याची ही तुझी पद्धत? छे! खूपच कमी योग्यतेच्या माणसाशी मैत्री केली.

**माधव** - आणखी पाच-दहा लोकांना फसव म्हणजे एकदाची तुझी तरी लायकी जगाला कळेल.

**सुधीर** - इथून पुढे तुझ्याशी बोलण्यात, तुझ्याशी संबंध ठेवण्यात मला काहीही स्वारस्य नाही.

**माधव** - खरं तर हे वाक्य मी बोलायला पाहिजे. कुठल्याही संबंधात मी इतका फसत नाही. तुझ्याच बाबतीत इतका वाईट अनुभव मला आला. ठीक आहे. पुन्हा माझ्याशी बोलू नको.

झालं ! संबंध संपले

अशा तऱ्हेनं माणसं तोडणं खूप सोपं आहे. पण त्यात नुकसान आहे. हे नुकसान टाळायला हवं. संबंध हवेत. संबंधाचा उपयोग होतो, फायदा होतो.

*कलाकुसर —*

कित्येक वेळा बोलण्याच्या बाबतीत खालील सल्ला दिला जातो.

**१.** नियोजन करून बोला.

**२.** आपल्याला समोरच्या व्यक्तीकडून काय हवे आहे ते ठरवून तिथपर्यंत पोचण्याचे प्लॅनिंग करा आणि याचसाठी खालील काही क्लृप्त्या सांगितल्या जातात.

*१.* समोरच्या व्यक्तीचे कौतुक करा. स्तुती करा.

*२.* त्याला आवडेल अशा विषयांवर बोला.

*३.* आधी समोरच्या व्यक्तीच्या भावनेला हात घाला. त्याची भावना हलेल अशा विषयामध्ये त्याला घेऊन जा. त्याला हळवा करा, मग कामाचे बोला.

*४.* त्याला बोलण्यात गुंतवून टाका. त्याच्याकडून नकळत असे वदवून घ्या की तुम्हास हवी ती गोष्ट त्याच्याकडे आहे आणि ती गोष्ट तो तुम्हाला देऊ शकतो.

*५.* समोरच्या व्यक्तीस हवी असलेली गोष्ट तुमच्याकडे आहे आणि तुम्ही त्यास देऊ शकता असा आभास निर्माण करा.

*६.* तुम्हाला एखादी गोष्ट देण्यातच समोरच्या व्यक्तीचे हित आहे असे त्याला पटवून सांगा

*७.* त्याने ती गोष्ट नाही दिली तर त्यात त्याचे नुकसान आहे असा भास निर्माण करा.

*८.* दादागिरीच्या क्षेत्रात, गुंडगिरीच्या क्षेत्रात तुमचा दबदबा आहे असा आभास निर्माण करा.

*९.* त्याची एखादी दुखरी नस पकडून दाबा.

या सगळ्या गोष्टींना तंत्र म्हणतात. युक्त्या, प्रयुक्त्या, क्लृप्त्या, टेकनिक्स, स्किल्स, चातुर्य, चलाखी, लबाडी असे म्हणतात.

बेसिकली हा बेगडीपणा आहे. खोटेपणा आहे. 'आपल्याला या मार्गाने जायचे नाही.' आपल्या बोलण्याचे मुख्य सूत्र म्हणजे, आपल्या बोलण्याने कुणीही दुखावता कामा नये. अगदी नाईलाजच झाला तर... गोष्ट अपवादात्मक.

दुसरी गोष्ट, आपल्या बोलण्यातून कुणाचीही फसवणूक होता कामा नये. कुणावर अन्याय, जोरजबरदस्ती होता कामा नये. कुणाचे नुकसान होता कामा नये. कुणाच्या हिश्श्याचे, वाट्याचे आपल्याकडून ओरबाडले जाता कामा नये.

तुम्ही म्हणाल, हा तर वृत्तीचा भाग झाला. अगदी बरोबर! माणसाच्या बोलण्यातून त्याची वृत्तीच प्रकट होते, होत असते. ही आपली वृत्ती आधी दोषमुक्त करायला हवी. बोलणे आपोआप छान सुंदर असे होत जाते. दुसऱ्याने ऐकावे असे होत जाते.

### लालसा —

कुणाकडून काही हवे असेल तर त्यास विनंती करून ती गोष्ट मिळवणे यात गैर काहीच नाही. पण मुळातच तुमच्या वृत्तीत वासना आणि लालसा असेल तर ती तुमच्या वाणीत उमटणारच. लाळघोटेपणा, गळेपडूपणा, निलाजरेपणा, पायचाटूपणा, कोडगेपणा असे दुर्गुण वृत्तीत असतील आणि त्या माध्यमातून जर तुम्ही काही मिळवण्याचा प्रयत्न करत असाल तर ते तुमच्या वाणीत उमटणारच. आणि असे झाले तर तुमची वाणी कधीही प्रभावी होऊ शकणार नाही.

कुणाच्या मनात क्वचित दया, सहानुभूती निर्माण करून तुम्हास काही मिळू शकते. पण मला वाटते, ज्यास चांगले बोलायचे, प्रभावी बोलायचे, त्याने अशा भूलथापांना बळी पडून या दळभद्री मार्गास जाऊ नये.

### विश्वासार्हता —

एक पद्धत, धोरण, हेतू किंवा केवळ स्टाईल म्हणून दुसऱ्याला बरे वाटेल अथवा दुसऱ्यावर छाप पडेल असं बोलणं चूक आहे. प्रयत्नपूर्वक असं बोलता येतं. पण असं फार काळ चालू शकत नाही. कारण ही केवळ स्टाईल असल्यामुळे ती लवकरच खोटी म्हणून सिद्ध होते.

त्यामुळे केवळ स्टाईल म्हणून गोड बोलणाऱ्याची विश्वासार्हता केव्हाही लयाला जाऊ शकते. आणि एकदा असा लबाडीचा शिक्का बसला की मग कितीही प्रयत्न केला तरी तो पुसला जात नाही. धोरण म्हणून गोड बोलणे आणि एखादा

फायदा लाटणे यामध्ये पुढे आयुष्यभर नुकसानीत जाण्याचा धोका राहातोच.

यापेक्षा कायमची वृत्तीच गोड करावी. चांगली करावी. याचा परिणाम खोलवर असतो. दीर्घकाळ असतो. कधी कायमस्वरूपी असतो.

आपल्या व्यक्तिमत्त्वासाठी हेच आवश्यक आहे— तेच केलेले चांगले.

❑❑

# -३-
# बोलू की नको!

बोलू की नको असे बरेच वेळा होते. परिस्थितीचा रेटा, नाईलाज, अशा कात्रीत आपण कधी बोलतो. कधी गप्प बसतो. पुढे हा निर्णय चुकला असं वाटतं. अशा बोलण्याला अथवा गप्प राहाण्याला आपण नंतर काही दुबळ्या समर्थनांची जोड देऊ पाहातो. पण 'आधी जाते अक्कल' या जुन्या म्हणीप्रमाणे त्यावेळी आपला मनावर धोरणाचा काहीही अंमल नसतो. विवेकाचा अंकुश नसतो. आणि आपण बोलतो किंवा गप्प बसतो, हे दोन्हीही जवळपास अपघाताच्या जवळ जाणारं असतं. नंतर आपलं आपल्यालाच कळत नाही की,

'आपण असे बोललोच कसे?'

किंवा

'आपण गप्प बसलोच कसे?'

'आपण हो म्हणालोच कसे?'

किंवा

'आपण नाही म्हणालोच कसे?'

वरील चारही अवस्था नंतर स्वतःलाच भंपकपणाच्या वाटतात. कधी आपण बोलून जातो. भसकन, आचपेच नसल्यासारखे, जिभेला हाड नसल्यासारखे! दुसऱ्याला तर दुखावतोच पण नंतर पश्चात्तापात पडून स्वतःही दुबळे म्हणून सिद्ध होतो-

खरं तर, स्वतःच्या स्वभावामध्ये असलेल्या उणिवा आणि मनाचा कमकुवतपणा यामुळे अशा गोष्टी घडतात. बहुतेक सगळ्याच सर्वसामान्य माणसाच्या ठायी हे असे असते. त्याची कारणे साधारण अशी असतात.

१. आत्मविश्वासाचा अभाव

२. निर्णयक्षमतेचा अभाव

३. स्वतःच्या बोलण्यावर ऐकणाऱ्यांच्या काय प्रतिक्रिया येईल याचा न

आलेला अंदाज

४. दुखवल्या जाणाऱ्या मनांचा न आलेला अंदाज

५. होऊ शकणाऱ्या व्यावसायिक आणि एकूणच नुकसानीचा न आलेला अंदाज.

६. या सगळ्याला साध्या भाषेत भंपकपणा म्हणतात.

या भंपकपणामुळे माणसे नको तिथे बोलतात किंवा नको तिथे गप्प बसतात. या लोकांना अव्यवहारी असेही म्हणतात. धोरण, चातुर्य, हुशारी नसलेली असे म्हणतात. कुठे बोलावं, कुठे बोलू नये, काय बोलावं, काय बोलू नये हे न समजणारे लोक असेही म्हणतात.

काही माणसे केवळ टाईमपास म्हणून बडबड करत राहातात. स्वत: जॉली, विनोदी आहोत हे इतरांवर ठसवण्यासाठी नको ते बोलत राहातात. काही वेळातच हे लोक इतरांना कंटाळवाणे आणि नकोसे होतात.

माणसे बोलून अडचणीत येतात, तशी गप्प राहूनही अडचणीत येतात. कधी उगाच टीका टिप्पणी म्हणून बोलतात. कधी उगाचच स्वत:चं महत्त्व वाढविण्यासाठी बोलतात. स्वत:च मत (नको असेल तरी) व्यक्त करतात. या भरात कशालाही हो म्हणतात. कशालाही नाही म्हणतात. होकार-नकार, बोलणे किंवा गप्प बसणे हे अक्कल-हुशारीने, विचाराने असेल तर ठीक आहे, पण भंपकपणात असेल तर तुम्ही अडचणीत, नुकसानीत जाणार हे नक्की.

*संवाद की गप्पा –*

आपल्याकडून भंपकासारखं काही बोललं जाऊ नये असं वाटत असेल तर आपल्या एकूणच बोलण्याला संवादाचं स्वरूप द्यावं हे उत्तम. कारण संवादाला एक निश्चित उद्देश असतो. उद्दिष्ट, हेतू आणि दिशा असते. शिस्त असते. सुरुवात आणि शेवट असतो. बोलण्याला आकार लाभल्याने ते बंदिस्त आणि परिणामकारक होते.

असं नसेल तर बोलण्याला निव्वळ गप्पांचं स्वरूप येऊ शकतं. गप्पांना दिशा नसते. त्यामुळे त्या एखाद्या निश्चित गोष्टीकडे जात नाहीत. निश्चित गोष्टीकडे जाण्याची इच्छा नसल्याने त्या विशिष्ट वेगानेही जात नाहीत. इकडे-तिकडे संथपणे आणि कमी-जास्त वेगाने भरकटतात. त्यांना आकारमान उरत नाही. बंदिस्तपणा उरत नाही. विषयाची मर्यादा अथवा चौकट उरत नाही. व्यर्थ आणि वायफळ स्वरूपाची ती केवळ एक बडबड उरते. त्यातून कुठल्याही रचनात्मक गोष्टींची

निर्मिती होऊ शकत नाही. वेळेचे नुकसान होते. उगाच कुणाच्या मागे कुणाची टिंगल-टवाळी होऊ शकते. नको ते बोललं जातं. काही नुकसानीचं घडू शकतं. भांडण तंटा उद्‌भवू शकतो.

ज्या लोकांच्या बाबतीत असे घडते त्यांनी सावध असायला हवं. काही पथ्ये पाळायला हवीत. खालील दोष दूर करायला हवेत.

१. भीती

२. न्यूनगंड

३. लाजाळूपणा

४. भिडस्तपणा

५. स्तुती लोलुपता

६. उतावीळपणा

७. अज्ञान

८. उणिवा-कमतरता

९. दुसऱ्यावर छाप पाडण्याची लालसा

१०. स्वत:चे महत्त्व वाढवण्याची लालसा.

या व अशा अनेक दोषांपैकी आपल्यामध्ये कुठला दोष आहे याचा प्रत्येकाने शोध घेतला पाहिजे. आणि असा दोष दूर करण्यासाठी एखादा सूत्रबद्ध कार्यक्रम हाती घेतला पाहिजे, आणि परिश्रमानं असा दोष दूर केला पाहिजे.

दोष दूर होण्यास खूप वेळ लागतो. त्यामुळे सोपा उपाय म्हणजे पुढीलप्रमाणे सर्वसाधारण धोरण ठरवावे. चारचौघात बोलताना शक्यतो गप्प बसावे. अति आवश्यकता असेल तरच बोलावे. विचार करून आणि नेमके बोलावे. बोलू की बोलू नको असे वाटत असेल तेव्हा शक्यतो बोलूच नये. बऱ्याचदा न बोलून होणाऱ्या नुकसानापेक्षा बोलून होणारे नुकसान जास्त असते हे लक्षात ठेवावे.

***नकार-कधी अती आवश्यक –***

गप्प बसणे, कमी बोलणे, न बोलणे या धोरणामुळे एक फार मोठा धोका उद्‌भवू शकतो. एखादा अति आवश्यक नकार देणे तसेच राहून जाते. आपण स्पष्ट नकार न दिल्याने, एखाद्या गोष्टीसाठी आपला होकार किंवा आपली संमती गृहीत धरली जाते. त्या त्या क्षणी आवश्यक नकार न दिल्याने गोष्टी मनाविरुद्ध जातात. बिघडतात. आपली घुसमट सुरू होते. मनाविरुद्ध घडत जाणाऱ्या अप्रिय गोष्टी पाहाव्या लागतात. त्यापायी मनास होणाऱ्या मरणप्राय यातना सहन कराव्या लागतात.

पुढच्या सगळ्या दुष्ट साखळीत जीव सापडतो.

मनात असूनही नकार न देण्याची काही उदाहरणे आपण पाहू.

***लग्न-नकार-होकार –***

जोडीदार कसा निवडायचा याचे सविस्तर विवेचन मी माझ्या 'नांदा सौख्यभरे' या पुस्तकात केले आहे. मुला-मुलींच्या होकार-नकाराला पूर्वी फार महत्त्व दिले जात नव्हते. त्यांना विचारले जात नव्हतं. त्यामुळे मनात असूनही नकार देण्याची सोय पूर्वी नव्हती.

आता मुला-मुलींना विचारलं जातं. लग्न ठरण्याआधी त्यांना एकमेकांशी बोलायला दिलं जातं. नकार देण्याचा त्यांना अधिकारही असतो.

एकमेकांशी बोलताना आयुष्यातील आपल्या 'प्रायॉरिटीज' सांगाव्यात. प्राध्यान्यक्रम सांगावा. ज्या गोष्टी आयुष्यामध्ये तुम्हाला मिळाल्याच पाहिजेत त्या सांगाव्यात. ज्या गोष्टी नाही मिळाल्या तर तुमचं जिवंत रहाणं आणि मरणं यात काही फरक उरणार नाही असं आम्हास वाटतं ते सांगावं. त्याचाही प्राधान्यक्रम सांगावा. एक-दोन-तीन-चार-पाच. समोरच्या भावी जोडीदाराचाही असा एक ते पाच क्रम विचारून घ्यावा. आग्रह करून सांगण्यास भाग पाडावा.

एकमेकांच्या 'प्रायॉरिटीज' एकमेकांशी ताडून पाहाव्यात. किती शक्य होतात ते पाहावं. इच्छा, अपेक्षा, तडजोड हे किती शक्य आहे ते दोघांनीही ताडून पाहावे आणि होकार अथवा नकार फायनल करावा.

समोरची व्यक्ती पाहून, तिच्याशी बोलून मनात तिच्याबद्दल जर नकार उत्पन्न झाला तर नकारच द्यायला हवा. आई-वडिलांना काय वाटते/वाटेल यापेक्षा स्वत:स काय वाटते हे महत्त्वाचे आहे. वडीलधारी माणसं मुलामुलींना हमखास सांगतात, "तुम्ही लहान आहात. अजून काहीही कळत नाही तुम्हाला. आम्ही तुमच्यापेक्षा चार पावसाळे जास्त पाहिले आहेत. आत्ता जरी तुम्हास एकमेकांविषयी मनात नकार असेल तरी पुढे आपोआप चांगले होईल."

अशा वेळी म्हणावे—

"चांगले झाले तर उत्तमच. वाईट झाले तर त्याची जबाबदारी मला तुमच्यावर टाकून दु:खात पडायचे नाही. माझ्या पसंतीने वाईट झाले तर जबाबदारी माझी असेल. दु:ख होईल पण त्यासाठी जबाबदार मीच असेन. दु:ख सहन करताना कुठलाही नाईलाज अथवा जबरदस्ती जाणवणार नाही."

***१. पैसे उसने मागणारे लोक –***

रवीकडे रविवारी सकाळीच कुणी येतं. संभाषण खालीलप्रमाणे होतं.

"या, आज सकाळीच?" रवी विचारतो.

"पुष्पा म्हणाली, अण्णांकडे जाऊनच या" आलेले गृहस्थ.

"अरे वा! कशी आहे वहिनी?" रवी.

"छान. सतत तुमची आठवण काढते. मनात तुमच्याबद्दल आदर खूप आहे. म्हणते, देवानंतर अण्णाच."

"काहीतरची काय! हा त्यांच्या मनाचा मोठेपणा!" रवी.

"तुमचं कसं चाललंय?" अंदाज घेत गृहस्थ विचारतात.

"छान चाललंय, परमेश्वराची कृपा आहे." शांतपणे रवी.

"तुमचे कष्टही अचाट आहेत हो." उसळून गृहस्थ म्हणाले, "दुसऱ्याबद्दल चांगली भावना आहे. दुसऱ्यास प्रत्यक्ष मदत करण्याबद्दल तर तुम्ही सर्वांमध्ये लोकप्रिय आहात. अशा लोकांना परमेश्वर काहीच कमी करत नाही"

"तुम्हाला असं वाटत असेल तर चांगलंच आहे." रवी.

बराच वेळ इकडे तिकडे करून झाल्यावर ते गृहस्थ—

"अण्णा, पुष्पानं काल खूप वाद घातला बरं का माझ्याशी!"

"का बरं?"

"म्हणाली, रोज सायकलवर चार किलोमीटर जाता येता ऑफिसला. काय झालंय तब्येतीचं? आठ दिवसांच्या आत स्कूटर घ्या."

"बरोबर आहे तिचं." रवी.

"अण्णा, बरोबर आहे तिचं. मी लगेच बँकेत गेलो लोन प्रपोजल केले. शोरूममध्ये जाऊन स्कूटर सिलेक्ट सुद्धा केली."

"अरे वा!" गाफील रवी.

"ते म्हणाले, दहा हजार कॅश भरा. आठ दिवसात स्कूटर घेऊन जा."

"झालं तर मग," गाफील रवी.

(बराच वेळ शांतता)

गृहस्थ अंदाज घेत, "पुष्पा म्हणाली, अण्णांच्या कानावर घाला. माझं नाव सांगा. अण्णा आपल्याला कधीच नाही म्हणणार नाहीत."

"कशाला?" घसा कोरडा पडलेला रवी.

"सहा महिन्यांसाठी दहा हजार रुपये पाहिजे होते." हसत हसत गृहस्थ.

(बराच वेळ शांतता. रवीच्या घरातील किचनमध्ये भाड्यावर भांडे आपटल्याचा आवाज.)

रवी नाही म्हणू शकत नाही. रवीची बायको म्हणते, जेव्हा खरंच जीवन-मरणाचा प्रश्न आहे, कोर्टकचेरी, पोलीस, शाळा-कॉलेजचे ॲडमिशन आहे, त्यावेळी एकमेकांना जरूर मदत केली पाहिजे. पण हे काय?

लोक कधी कधी खालील कारणांसाठी पैसे उसने मागतात.

१. इन्कम टॅक्स वाचवण्यासाठी गुंतवणूक करायची आहे.

२. एकाकडून उसने घेऊन दुसऱ्यालाच द्यायचे आहेत.

३. कुणाच्या लग्नात मोठा आहेर करायचा आहे.

४. कुणाचे कर्ज चुकते करायचे आहे.

५. कार रिपेअर करायची आहे.

ज्याच्याकडून पैसे उसने मागायचे तो कदाचित सायकलवरही जात असतो.

### खालील ठिकाणी अवश्य नकार द्यावा

#### १. एकाच वेळी दोन कार्यक्रमांचे आमंत्रण –

मला स्वत:ला ही समस्या खूप दिवस त्रास द्यायची. एकाच वेळी दोन लग्नं! मी इतका अस्वस्थ व्हायचो. तणावाखाली जायचो. दोन्ही लोक तितकेच महत्त्वाचे. एकाकडे जाऊन, एकाकडे गेलो नाही तर एक माणूस जवळजवळ तुटायचा. पण मला स्पष्ट बोलता यायचे नाही. मी दोघांनाही येतो असं म्हणायचो.

मी यावर उपाय काढला. एका ठिकाणी लग्न आणि एका ठिकाणी जेवण. हे अगदीच शक्य नसेल तर एका ठिकाणी हळदी-साखरपुडा किंवा तत्सम विधी आणि दुसरीकडे लग्न. हेही शक्य नसेल तर एका ठिकाणी घरी आदले दिवशीच जायचे. शुभेच्छा द्यायच्या. एका ठिकाणी दुसऱ्या दिवशी.

माझ्या मुलीचा दहावीचा रिझल्ट होता. साधारण सकाळी अकरा वाजता नेटवर येणार होता आणि त्याच वेळी फलटण येथे एक महत्त्वाचे लग्न होते. मधुरा, माझी मुलगी म्हणाली, ''पपा, मी एवढा वर्षभर अभ्यास केला त्या परीक्षेचा रिझल्ट! आपण सगळे एकत्र असायला हवे. आनंद द्यायला हवा.'' मलाही ते पटले. तिचा रिझल्ट नेटवर डिक्लेअर होत असताना आम्ही कुठे प्रवासात, कार्यालयात? छे.

मी कुटुंबीयांसमवेत घरातच थांबलो. अकरा वाजता रिझल्ट आला. मधुराला ९५ टक्के गुण मिळाले. आम्ही सगळ्यांनी अकरा ते बारा आनंद साजरा केला. बारा वाजता कारने सगळे निघालो. तीन वाजता फलटणच्या कार्यालयात पोचलो. घरातल्या माणसांची शेवटची जेवणाची पंगत चालू होती. आम्हा तत्काळ त्यात सामील झालो.

माझ्या निर्णयाने लग्नातील सगळ्यांना आनंद झाला सगळ्यांनी माझे कौतुक

केले. मुहूर्त सापडणे वगैरे टेन्शन घेऊ नये. आपली उपस्थिती आणि सदिच्छा महत्त्वाची.

***२. गैरसोयीचे आमंत्रण –***

साधारण अकरा वर्षे झाली, मी संपूर्ण महाराष्ट्रभर व्याख्याने देत आहे. पुस्तकाच्या शेवटी माझ्या व्याख्यानाचे विषयही दिले आहेत.

सुरुवातीच्या वर्षात व्याख्यानाचे निमंत्रण आले की मला कोण आनंद व्हायचा! मी कसलीही चौकशी न करता व्याख्यानाला जायचो. काही ठिकाणी खूप सुंदर व्यवस्था असायची. काही ठिकाणी मात्र खूपच गैरसोय असायची.

कुणाच्या तरी गच्चीवर, पार्किंगमध्ये किंवा शाळेच्या व्हरांड्यात अशा ठिकाणीही व्याख्यान असायचं. माईक नसायचा. समोर कधी कधी तर फक्त लहान मुले असायची. मोठी माणसे कडेने उभी असायची. काही तर बनियन, लेंगा, लुंगी अशा अवतारात असायची. मध्येच जाऊन क्रिकेटची मॅच बघून यायची. बायका गॅस बंद-चालू करून यायच्या. प्रेक्षकात वयस्कर बायका वाती वळत बसायच्या. एकमेकांशी गप्पा मारायच्या. वयस्कर पुरुष एकमेकांत काही वर्तमानपत्रातल्या बातमीवर चर्चा करत राहायचे.

जे लोक व्याख्यान ठरवायला यायचे ते बहुधा गायब असायचे. कुणी चहा-पाणी सुद्धा विचारायचे नाही. मानधन तर सोडाच, पण येण्या-जाण्याचा खर्चही कुणी देत नसे. हळूहळू सगळे उठून जात. मी तळमळीने व्याख्यान देत राही आणि शेवटी मीच अपराध्यासारखा खाली मान घालून निघून येई.

एका वर्षातच मी शहाणा झालो. येण्या-जाण्याचा कारचा खर्च ॲडव्हान्स मिळाल्यानंतर मी बाकीच्या चर्चा करू लागे. ऐकणारे कोण? संयोजक, जबाबदार कोण? स्थळ, माईक, पाणी या सगळ्या गोष्टी मला पटल्या नाहीत तर मी स्पष्टपणे तोंडावर नाही म्हणायला शिकलो.

आता व्याख्यानाला जाताना अनिश्चितता नसते, तणाव नसतो.

***३. आपली वस्तू दुसऱ्याने मागणे –***

खरं म्हणजे मी माझी बायको आणि मुलं तसे भिडस्त आहोत. पटकन कधी कुणाला काही मागणार नाहीत. उगाचच कुणाकडे रहावयास जाणार नाहीत. पण हेच उलटपक्षी आमच्याबाबत घडते.

१. माझ्याकडे कुठलीही एखादी गोष्टी पाहिली की कुणीही सहज म्हणते, 'द्या मला, किती चांगली आहे.' मीही निमूटपणे देतो. ती व्यक्ती, ती वस्तू स्वत: वापरते

किंवा स्वत:चा मोठेपणा दाखवण्यासाठी दुसऱ्याला देऊन टाकते.

परवाची गोष्ट! माझ्या बॉसने मला एक पैशाचे पाकीट प्रेझेंट दिले. माझे एक सहकारी म्हणाले, "द्या मला" आणि मी चक्क म्हणालो, "नाही, हे पाकीट मला दिले आहे. ते मीच वापरणार. तुम्हास हवे असेल तर मी दुसरे आणून देतो."

२. "आता इथून पुढे तुम्ही आमच्याकडे येऊ नका" असे सांगणारे लोक "आम्ही काही दिवस तुमच्याकडे येऊन राहातो" असे सांगतात तेव्हा हो म्हणावे की नाही म्हणावे? नाही म्हणालो तर बदनामी आपलीच होणार. हो म्हणावे तर आपला अपमान झाला त्याचे काय?

***४. खाण्याचा आग्रह –***

खाण्यासाठी दोन प्रकारचे आग्रह होतात. एक म्हणजे आवडत नसलेला पदार्थ खाण्याचा आग्रह आणि दुसरा म्हणजे आवडत असलेला पदार्थ खाण्याचा आग्रह.

दोन्ही वेळी स्पष्टपणे नाही म्हणावे. पोट आपले आहे. प्रकृती आपली आहे. जेवढे माफक तेवढेच खावे. वाढणारी व्यक्ती कितीही देखणी, सुंदर आवडीची असली तरी स्पष्टपणे नाही म्हणावे. बळेच वाढले, तर पानात पडू द्यावे, खाऊ नये.

***५. एकाचा वेळ दुसऱ्यासाठी ?***

मुळीच नाही. एकदा एक वेळ एखाद्याला दिली की ती पाळावी. त्याच वेळी इतर कुठलाही आणि कसलाही भूलभुलैय्या आग्रह झाला तरी त्यास बळी पडू नये.

***६. स्वत:स नको ते ठिकाण –***

आपण स्वत:शीच कधी काही ठरवलेले असते. अमुक ठिकाणी जाणार नाही. अमुक व्यक्तीकडे जाणार नाही. पण एखादा जबरदस्तीने आग्रह करून मोहात पाडून तसे करण्यास भाग पाडत असते. त्यास स्पष्टपणे नाही म्हणावे.

***७. नको असलेली गोष्ट –***

दारू, तंबाखू, लाच, जुगार, वेश्या, चोरी, कपट वगैरे स्वरूपाच्या गोष्टी तुम्हास नको आहेत तर त्यास स्पष्टपणे नाही म्हणा. दुसऱ्याचाच काय, पण स्वत:चाही विश्वासघात करू नका.

***नकार द्या पण असा द्या –***

नकार अवश्य द्या पण नकार देताना समोरचा माणूस कोरडेपणाने तोडू नका. असे करण्यात आपले नुकसान आहे.

नकार देताना खालील गोष्टी पाळा.

**१.** नकार देऊन समोरच्या माणसाचे मन दुखावण्याची तुमची अजिबात इच्छा नाही हे सर्वप्रथम स्पष्ट करा. केवळ नाईलाज म्हणून हा नकार द्यावा लागत आहे हे स्पष्ट करा. हा नकार देताना वास्तविक तुम्हालाच खूप दुःख, कष्ट होत आहेत याची जाणीव समोरच्या व्यक्तीस करून द्या.

**२.** समोरच्या व्यक्तीचे प्रयत्न चालू आहेत. तुम्ही 'हो' म्हणावे म्हणून! ती आग्रह करते. गळ घालते. गळ्यात पडते. दबाव आणते. कॉर्नर करते. पण असे म्हणण्याने तुम्ही तुमच्या तत्त्वापासून दूर जाऊ शकता. त्यावेळी अधिक स्पष्टपणे सांगावे,

''माझ्या 'हो' म्हणण्यामुळे तुला बरे वाटेल. तुझ्या कुटुंबातील लोकांना बरे वाटेल. तुझा, त्यांचा फायदा होऊ शकेल. पण याच 'हो' म्हणण्यामुळे मी आणि माझ्या कुटुंबातील लोकांचे नुकसान होऊ शकते. ते अडचणीत येऊ शकतात. माझ्या कुटुंबाची जबाबदारी माझी आहे. त्यांची सुरक्षा, फायदा याला मी जबाबदार आहे. माझी जबाबदारी मला व्यवस्थित पाळावीच लागेल. तुम्ही, त्यापासून मला दूर नेऊ नका.''

**३.** ''मी अशा प्रकारची गोष्ट कधीही करत नाही आणि आताही करणार नाही'' असे स्पष्टपणे सांगण्याची गरज असेल तर तसे स्पष्ट सांगावे

४. त्याला पटेपर्यंत सांगा की ''तुझी अवस्था काही का असेना, ही गोष्ट करण्यास मी असमर्थ आहे. माझी क्षमताच नाही. माझी इच्छा आहे, माझं कर्तव्य आहे. मी करावयास हवे हे सगळे ठीक आहे. पण माझी कुवतच नाही.'' असे पुन्हा पुन्हा सांगा. त्यास पटेपर्यंत अथवा कंटाळा येईपर्यंत सांगा.

**५.** नकार देताना समोरच्या व्यक्तीचा अपमान होता कामा नये. तिला आपण तुच्छ अथवा कमी समजतो असे तिला वाटता कामा नये. ती व्यक्ती आपल्याला आवडत नाही असे तिला वाटता कामा नये. तिच्याबद्दल मनात पूर्वीची काही अढी आहे असे तिला वाटता कामा नये. समोरच्या व्यक्तीसच केवळ 'हो' म्हणायला आपल्याला आवडत नाही असे तिला वाटता कामा नये. त्या व्यक्तीकडून आपल्याला काही सरळ अथवा आडवी अपेक्षा आहे असे तिला वाटता कामा नये.

**६.** आपल्याला शक्य नसेल, क्षमता नसेल, धमक-आवाका नसेल तर स्पष्ट नकार द्या. केवळ फुशारकी, बढाया मारण्यासाठी होकार देऊ नका.

**७.** करू शकता तेवढेच बोला. जे बोलाल. ते करा.

***ओव्हरएस्टीमेशन –***

संभाषण करताना आपला स्वतःमध्ये न्यूनगंड नसावा, आत्मविश्वासाचा

अभाव नसावा. भीती, लाजाळूपणा, भिडस्तपणा यांचा अडथळा नसावा.

पण याचबरोबर फाजील आत्मविश्वासही नसावा. स्वत: कुणी श्रेष्ठ आहोत ही भावना नसावी. स्वत:ची स्वत:च अती किंमत ठरवू नये.

फाजील धाडस नसावे. निर्लज्जपणा, निब्बरपणा, आगाऊपणा नसावा. या गोष्टींचाही खूप अडथळा होतो. नुकसान होते.

तुम्ही स्वत:च स्वत:ला अतिविद्वान समजलात तर गडबड होते. तुमचे बोलणे जरी लाख मोलाचे असेल तरी तुमच्याबद्दल गैरसमज झाल्याने लोक त्या बोलण्याला कवडीमोलाचे समजतात.

समोरच्यास नेहमीच अशी जाणीव करून द्यावी की बुद्धीनं मी तुमच्याइतकाच आहे. कदाचित थोडा कमीच असेल पण माझ्याकडे सांगण्याची तळमळ आहे. समोरचा प्रभावित होईल. तुमचे बोलणे ऐकेल.

तुम्ही स्वत:च स्वत:ची किंमत अती ठरवलीत तर ऐकणारा म्हणतो, ''असशील खूप किंमतीचा, गेलास उडत. माझ्या जागेवर मलाही किंमत आहे. मी का तुझं ऐकून घेऊ?''

स्वत:बद्दल फाजील आत्मविश्वास बाळगला की समोरच्या व्यक्तीस आपण हवे तसे गृहीत धरतो. आपल्या बोलण्यावर समोरच्या व्यक्तीची येऊ शकणारी प्रतिक्रियाही आपण गृहीत धरतो. त्यामुळे प्रसंगी बेजबाबदारपणे बोलतो. समोरच्या व्यक्तीची अनपेक्षित आणि विरोधी प्रतिक्रिया आली की तोंडावर पडतो. नुकसानीत जातो.

आपला काही संबंध नसल्यास बोलू नये. तसेच समोरच्या व्यक्तीच्या सामर्थ्याची कल्पना नसेल तरीही बोलू नये. लोक फाजील धाडस दाखवून बोलतात. ऐकणाऱ्याच्या डोक्यात तिडीक जाईल असे बोलतात. परिणाम म्हणून मग दोन दणकेही खातात.

कुणाच्याही अती पुढेपुढे करणारे बोलू नये. कुठल्या तरी अपेक्षेने एखाद्या लायकी नसलेल्या माणसाची फाजील स्तुती करू नये. नीच, हलकट माणसाला उगाचच सज्जनपणाचं प्रशस्तीपत्रक देऊ नये. यातून कदाचित तुमची मानहानी आणि अप्रतिष्ठा होऊ शकते.

जे लोक जाड कातडीचे आहेत, निब्बर आहेत; खोटे बोलणारे, शब्द पलटवणारे आहेत, आश्वासने मोडणारे आहेत, खाऊन उलटणारे आणि उलटून पुन्हा खाण्यासाठी जवळ येऊन बोलणारे आहेत— त्यांना त्यांच्या तोंडावर त्यांची गुणवैशिष्ट्ये सांगू नका. या लोकांना ती माहीत असतात. इतरांनाही माहीत असते.

अशा लोकांना काही मर्यादेपर्यंत फक्त सहन करायचे असते. लोकांमध्ये यांची किंमत शून्यच असते.

बोलू की बोलू नको या सदरात मानसिक उणिवा जशा नकोत तसेच मानसिक अहंकाराचा अतिरकेही नको.

जेवढे आणि जसे हवे, तेवढे आणि तसेच हवे आहे.

ते काय किती आणि कसे हवे हे कळण्याइतपत सूज्ञपणा आपल्यापाशी आहे.

चारचौघात जाताना भिकाऱ्यासारखे जाऊ, नये पण उगाच अंगास अवजड होतील एवढे अलंकार घालून सुद्धा जाऊ नये.

स्वच्छ टापटीप जावे.

आपले बोलणेही असावे, स्वच्छ आणि टापटीप.

❐❐

# -४-
# टीका

**'निंदकाचे घर असावे शेजारी'**

लहानपणी ही म्हण नेहमी कानावर पडायची. कुणी आपली निंदा केली की आपल्याला आपल्यातील दोष कळतात. दोष समजले की ते कमी करण्यासाठी आपल्याला प्रयत्न करता येतात. कुणी केलेली निंदा सकारात्मक रीतीने स्वीकारता यावी म्हणूनच या म्हणीची रचना केली असावी.

अर्थातच टीका या शब्दाचा अर्थ निंदा असा नव्हे टीका म्हणजे एखाद्या गोष्टीचे वर्णन. त्या गोष्टीवरील आपलं मत. आपल्या शब्दात त्या गोष्टीची माहिती म्हणजेच टीका. एखाद्या व्यक्तीवरीलही मत म्हणजे टीकाच. हे मत व्यक्तीचं, गोष्टीचं, स्थळाचं मूल्यमापन करणारं असतं. मूल्यमापनही वेगवेगळ्या स्वरूपाचं असू शकतं. संख्यात्मक, गुणात्मक, भावात्मक! उपयोग सांगणारं असू शकतं. उपद्रव सांगणारंही असू शकतं.

बोलण्यामधून टीकेचा भाग पूर्णपणे वगळता येणं शक्य नाही. पण प्रयत्न करून तो कमी करायला हवा. टीका-टिप्पणी टाळायला हवी. तुम्ही म्हणाल, कुणाविषयी काही बोलायचंच नाही का? चांगलं पण बोलायचं नाही का? बोलायचं, चांगलं अवश्य बोलायचं.

अर्थातच, समोरच्या व्यक्तीस चांगले म्हणताना उद्देश आणि म्हणणे दोन्हीही प्रामाणिक असावे. समोरच्या व्यक्तीस केवळ खूश करणे एवढाच हेतू नसावा. असे करण्याने, समारेच्या व्यक्तीस काही प्रमाणात बरे वाटते. पण ते सुरुवातीलाच. नंतर ती व्यक्ती स्वत:च्याच मनात चढून जाते. स्वत:ला उंच पाहाते. इतकं उंच! नको इतकं किंवा प्रत्यक्षात ती नाही इतकं उंच पाहाते. आणि त्याच उंचीवरून ती तुमच्याकडे पाहाते. यामुळे तिच्या मनात तुमचीच उंची कमी होते. तिच्या मनात तुमचे व्यक्तिमत्त्व लहान, खुजे, कमी महत्त्वाचे होते. तुमची किंमत कमी होते.

दुसरी महत्त्वाची गोष्ट! अकारण स्तुती करणारा माणूस लबाड, खोटा, नाटकी, वाटू शकतो. त्याला स्वार्थीपणे दुसऱ्याकडून काहीतरी पाहिजेच आहे असे वाटू शकते.

हरघडी स्तुती करणाऱ्या व्यक्तीच्या स्तुतीला लोक फार किंमतही देत नाहीत. केव्हातरी स्तुती करणाऱ्या व्यक्तीच्या स्तुतीला किंमत असते. मोल असते.

समोरच्या व्यक्तीच्या गुणांची दखल जरूर घ्यावी. उच्च स्वरूपाची कदरही करावी. पण ती अत्यंत प्रामाणिक असायला हवी. आणि त्याहीपेक्षा महत्त्वाचं म्हणजे ती प्रामाणिक वाटायला हवी. स्तुती टाळू नका. पण स्तुतीचा अतिरेक टाळणं आवश्यक आहे.

एकवेळ स्तुती करू नका. पण कुणाचीही निंदा करणे टाळा. कुणालाही हिणवू नका. अपमानास्पद बोलू नका. कमी समजून उणेपणाने बोलू नका. भेदाभेद, उच्च-नीच भाव असा भाव करून बोलू नका. तोंडावर तर बोलू नकाच, पण कुणाच्या मागेही कुणाची निंदा करू नका.

### *१. गूढ-गडद अंधार –*

समोरील व्यक्तीस उगाच कोड्यात टाकणारे बोलू नये. अर्धवट, संशयास्पद, शंकास्पद काही बोलू नये. आपल्या बोलण्याने समोरील व्यक्तीच्या मनात भय, भीती, शंका, ताण-तणाव, संशय असले काहीही निर्माण करू नका. त्याच्या मनात अंधार निर्माण करू नका. आधीच त्याच्या मनात काही अंधार असेल तर वाढवू नका.

रात्री अकरा वाजता झोपण्यापूर्वी गंभीर आवाज काढून पत्नी पतीला म्हणाली,

"काही एक विचारू का तुम्हाला?"

"काय?" पतीच्या काळजात धडधड सुरू

"बघा बरं! पुन्हा असं म्हणाल की, मी असं अचानक, काहीच्या काहीच कसं विचारलं."

"आता आणखी काय?" पतीच्या अंगावर सरसरून काटा.

"जाऊ दे नाहीतर! परत केव्हातरी विचारीन."

"तुझी इच्छा!" पती गारच. हा समर प्रसंग पुन्हा केव्हातरी येणार या काळजीत.

आता दुसरे संभाषण पाहू या एकजण दुसऱ्यास म्हणतो,

"तुमच्याबद्दल बरेच काही कानावर आले आहे."

"सांगा ना!" दुसरा घाबरलेला

"कसं सांगावं तेच कळत नाही."

"पटकन सांगा" काकुळतीस आलेला.

"म्हणजे बघा, माझं तसं मत नाही. पण लोक मात्र तसं बोलतात."

"बोलू द्यात. तुम्ही सांगा. मी ऐकायला तयार आहे."

"अर्थात मी ओरडलो, लोकांना म्हटलं- शक्यच नाही."

"तुम्ही प्लीज सांगा, काय आहे ते!" रडवेला.

"जाऊ द्या! नका त्रास करून घेऊ. तुम्हास वाईट वाटेल. मनाला लागेल तुमच्या."

"लागू देत. तुम्ही सांगा."

"पुन्हा कानावर आलं तर सांगतो. पण काळजी घ्या स्वतःची."

झालं? पडला हा काळजीत?

तर कृपया असे बोलू नका.

### २. दुसऱ्याचा न्यूनगंड वाढवणे –

काही लोक दुसऱ्यास साधारण खालील वाक्ये बोलतात. धडाधड तोंडावर बोलतात. त्यांना त्याचे काहीच वाटत नाही.

१. तुमच्यात काही दम नाही राव

२. तुम्ही मूर्ख आहात.

३. तुम्ही काहीही करू शकत/शकणार नाही.

४. हे तुमचे काम नाही.

५. तुमचे व्यक्तिमत्त्व चांगले नाही.

६. तुमचे बोलणे, भाषा शुद्ध नाही.

७. तुम्ही अडाणी आहात.

८. तुम्हाला व्यवहारज्ञान नाही.

९. तुमचे जनरल नॉलेज चांगले नाही.

१०. तुम्ही मठ्ठ, निर्बुद्ध आहात.

११. तुम्ही मतिमंद, वेडे आहात.

१२. तुम्ही लठ्ठ आहात.

१३. तुमच्यामध्ये पुरुषार्थ नाही.

१४. तुमच्या व्यक्तिमत्त्वाने कुणीच इंप्रेस होत नाही.

१५. तुम्ही भंपक आणि बोअरिंग आहात.

अशा किंवा अशा अर्थाच्या वाक्यांमुळे समोरचा माणूस एकदम खचून जाऊ शकतो. त्याच्या मनात स्वत:बद्दल काही खात्री उरत नाही. स्वत:च्या क्षमतेबद्दल खात्री उरत नाही. तो स्वत:च्याच मनातून उतरतो. त्याचा आत्मविश्वास जळून खाक होतो. असे कुणीही बोलू नये.

***३. खाली खेचणारे बोलणे –***

कधी असं होतं. चार चौघात तुमचा प्रभाव पडतो. तुमचं कौतुक होतं. तुम्हाला कुणी चांगलं म्हणतं. तुमच्या सहकार्याची दखल घेतली जाते. सामाजिक जाणिवेला दाद दिली जाते. लोकांच्या मनात तुमची प्रतिमा चांगली व्हायला लागते. तुम्हाला मोठेपणा मिळायला लागतो.

काही लोकांना हे खपत नाही, रुचत नाही. त्यांच्या मनात खदखद सुरू होते. कशाही मार्गाने, कुठल्याही उपायाने तुमचे वर जाणारे व्यक्तिमत्त्व खाली खेचायचेच अशा इर्षेने ते पेटतात. त्या क्षणीच, लोकांसमोर तुमच्या व्यक्तिमत्त्वावर फार तीक्ष्ण वार करतात. उदाहरणार्थ

१. छे छे! तो माणूस असा नाहीच.

२. तो असला काही चांगला उद्योग करणाऱ्यांपैकी नव्हेच.

३. हे काम त्याने केलेलेच नाही.

४. या कामाचे श्रेय त्याचे नाही.

५. तो लुच्चा, लबाड आहे.

६. तो नाटकी, खोटा आहे.

७. तो इतरांना बिघडवणारा, वाईट मार्गाला लावणारा आहे.

८. तो नंबर एकचा स्वार्थी आहे. अप्पलपोटा आहे.

९. तो कपटी आहे.

असे तीव्र आणि तत्काळ बोलतात. त्या बिचाऱ्याची वर जाऊ पाहाणारी प्रतिमा तत्काळ खाली खेचतात. तो माणूस यांचा शत्रूच असायला पाहिजे असं काही नाही पण 'पडिले वळण इंद्रियासी' या उक्तीप्रमाणे त्यांच्या वृत्तीचा भाग म्हणून ते असे बोलतात. असे कुणीही बोलू नये.

***४. नावे ठेवणे –***

दुसऱ्यास नावे ठेवणे या वाक्यप्रचाराचा अर्थ खरच खूप ढिसाळ आहे. कल्पना करा, तुम्हास कुणी चोर म्हणते आहे. जर तुम्ही खरंच चोर असाल तर

वाईट वाटण्याचा आणि राग येण्याचा प्रश्नच येत नाही. आणि तुम्ही चोर नसाल, तरीही मग राग येण्याचा आणि वाईट वाटण्याचा प्रश्न येत नाही.

तुम्ही जे नाही ते स्वीकारण्याचा प्रश्नच येत नाही. तुमचा त्याच्याशी संबंधही असू शकत नाही. कुणी तसं म्हणत असेल तर, तसे म्हणणाऱ्याचा अडाणीपणा आहे. मूर्खपणा आहे. आणि तुम्ही असालच तर ते नाकारण्याचाही प्रश्न येत नाही. येऊ नये. असाल तुम्ही चोर, तर नम्रपणे स्वीकारा आणि दुरुस्त होण्याचा अटोकाट प्रयत्न करा.

दुसऱ्यास नावे ठेवण्यासाठी सतत आघाडीवर असलेल्या लोकांना मला एक प्रश्न विचारायचा आहे.

"तुम्हास असे करून मिळते काय?
तुमच्या उत्पन्नात काही वाढ होते का?
तुमच्या मान-सन्मानात काही वाढ होते का?
तुमच्या आणि तुमच्या कुटुंबीयांच्या आरोग्यात काही वाढ होते का?
मग असे का करता?"

कुणाच्या तोंडावर एखाद्याची निंदा-नालस्ती करणे हे असभ्यपणाचे लक्षण आहे आणि कुणाच्या मागे त्याची निंदा-नालस्ती करणे हे तर पाप आहे.

चांगल्याला चांगले म्हणत राहावे म्हणजे कुणालाही ठरवून नावे ठेवणे होत नाही.

जे चांगले वाटत नाही त्याबद्दल न बोलून चालणार असेल तर अजिबात बोलू नये. बोलणे अपरिहार्य असेल तर त्यामागे हेतू खालील असावा.

१. त्यामुळे समोरच्या व्यक्तीचा फायदा होणार आहे.
२. त्याच्यावरील संकट टळणार आहे.
३. त्याला सुधारण्याची संधी मिळणार आहे.

हा हेतू तर हवाच पण तो समोरच्या व्यक्तीस पटायलाही हवा. समोरचा दुखावला जाईल असे कृपया बोलू नये.

### ५. *शिव्या-शाप –*

काही लोकांना दुसऱ्याचं वाईट चिंतण्याची सवय असते. माझ्या अनुभवात असे काही लोक आहेत जे कायम दुसऱ्याविषयी अभद्र बोलतात.

माझ्या पाहाण्यात एक उच्चशिक्षित जोडपे आहे. दोघेही उच्च पदावर आहेत. वास्तविक सज्जन, समंजस जोडपे आहे. प्रसंगी दुसऱ्याला मदत करतात. पण

दोघांच्याही बोलण्यामधे दोष आहे. एखादी गोष्ट समोरच्या माणसास ते समजावून सांगताना त्याला उदाहरण देताना फाडकन खालील वाक्ये बोलतात,

१. कल्पना कर, उद्या तू मेलास.

२. कल्पना कर, उद्या तुला अपघात झाला.

३. समजा, उद्या तुला वीस लाखाचा फटका बसला.

हे असं ऐकताना ऐकणाऱ्याच्या काळजात धस्स होतं. त्यामुळे लोक या जोडप्याला टाळतात. असे बोलू नये. बोलताना, समजावून सांगताना अशी अभद्र उदाहरणे देऊ नयेत.

दुसरी गोष्ट! एखाद्याबद्दल मुळात मनातच काही अभद्र आणू नये. उदा. कुणाचा अपघात व्हावा, हातपाय तुटावा, डोळा जावा, कुणाला गंभीर शारीरिक आजार व्हावा- असे मनातच आले नाही की ओठावरही येत नाही.

माणसे जेव्हा अती रागाला जातात. तेव्हा त्यांचा विवेक जागेवर रहात नाही. अशा वेळी ते ज्याच्याविषयी राग असेल त्या माणसाविषयी फारच अभद्र बोलतात. राग, द्वेष, त्वेष, असूया उफाळून येते आणि एखाद्यास शिव्याशाप दिल्यासारखेही लोक बोलतात. उदाहरणार्थ –

१. तुझे हात पाय तुटो.

२. तू मरावास.

३. तुला असाध्य रोग व्हावा.

४. थोडक्यात, तुझे वाटोळे होवो.

तोंडातून शापवाणी निघावे इतके कुणी कधी आपल्यास छळते. आपल्यावर अन्याय करते. आपल्या वाट्याचे, हक्काचे हिसकावून घेते. आपल्यावर दाब, दबाव, जोर, जबरदस्ती करते. अशावेळी जेव्हा आपण दुबळे ठरतो, अशा माणसाला विरोध करू शकत नाही, त्यावेळी आपले मन, आत्मा तळतळतो आणि नाइलाजाने शापवाणी उमटते. पण शक्यतो असा कुणाला शाप देणे टाळावे. शाप देणारे आपण कोण? तारणारा, मारणारा, शासन करणारा आणि माफ करणारा आपला बाप आपल्या वरती बसला आहे.

थेट शापवाणी उच्चारण्यापेक्षा आपल्याला छळणाऱ्या व्यक्तीस असे गंभीरपणे समजावून सांगावे की, "मला छळशील तर त्याचे गंभीर परिणाम तुझ्या आयुष्यावर असे असे होऊ शकतात. तू वेळीच शहाणा हो."

**६. महत्त्व कमी करणे –**

काही लोक नेहमीच दुसऱ्याचे महत्त्व कमी करणारे बोलत असतात. मी

पहिल्या प्रकरणातच सांगितले आहे की समोरच्या व्यक्तीस महत्त्व द्या. का महत्त्व द्यायचे याचे सविस्तर विवेचनही केले आहे.

समोरच्या व्यक्तीस महत्त्व द्यावे. तुमच्या बोलण्यातून ते व्यक्त व्हावे. तुम्ही महत्त्व देत नाही असे मात्र तुमच्या बोलण्यातून व्यक्त होता कामा नये. अशाने तुमचेच नुकसान होते. समोरची व्यक्ती तुमचे म्हणणे मनापासून ऐकत नाही. समोरच्या व्यक्तीवर आपल्या बोलण्याचा अपेक्षित परिणाम होत नाही. आणि त्याच्याकडून अपेक्षित प्रतिसाद पण मिळत नाही.

चांगल्यास चांगलेच म्हणण्याची सवय ठेवावी, म्हणजे समोरच्या व्यक्तीस आपोआपच योग्य ते महत्त्व दिले जाते. याउलट लोक असे वागतात.

१. चांगल्यास चांगले न म्हणणे.

२. समोरच्या व्यक्तीचे महत्त्व माहीत असून ते व्यक्त करण्याचे टाळणे.

३. तिकडे हेतूपुरस्सर दुर्लक्ष करणे

४. एखाद्याचे महत्त्व अनुल्लेखाने मारणे. समजा उद्या तुम्हाला 'नोबेल' पारितोषिक मिळाले तर अशी प्रतिक्रिया द्यायची,

'त्यात काय विशेष? हल्ली कुणासही मिळते.'

हा एक व्यक्तिदोष आहे. मानसिक आजार आहे. अंगात कुठलेही कर्तृत्व नसलेल्या, काहीही करण्याची क्षमता नसलेल्या लोकांचा हा जळफळाट आहे. स्वत:चं महत्त्व वाढविण्यासाठी तृतीय मार्गानं केलेला हा केविलवाणा प्रयत्न आहे. वेगळं दिसून स्वत:चं महत्त्व वाढविण्यासाठी स्वत:चं नाक कापून घेण्याचा प्रकार आहे. असे बोलू नये.

### ७. *तुमच्या ओळखी हलक्या प्रतीच्या –*

दुसऱ्यास कमी लेखण्यासाठी लोक आणखी एका युक्तीचा वापर करतात. दुसऱ्या व्यक्तीचे इतर लोकांबरोबरचे संबंध, ओळखी यांना हलक्या प्रतीचे ठरविण्यासाठी धडपडतात. त्याच लोकांबरोबर स्वत:चे संबंध असल्यास ओळख असल्यास त्याला ते श्रेष्ठ समजतात.

उदाहरणार्थ

१. **A** : ओळख दुसऱ्याची — त्या मंत्र्याची आणि तुमची ओळख आहे का? एक नंबरचा लाचखोर आहे.

**B** : ओळख स्वत:ची — त्या मंत्र्याशी आमची ओळख आहे. तो काय आणि कसा हे महत्त्वाचं नाही; तो मंत्री आहे आणि आमच्या ओळखीचा आहे

हे महत्त्वाचं.

२. **A** : ओळख दुसऱ्याची — त्या कॉलेजच्या प्रिन्सिपॉल तुमच्या जवळच्या स्नेही आहेत का? अहो? पण त्या फारच निष्क्रिय आहेत. काय अवस्था केली त्यांनी कॉलेजची!

**B** : ओळख स्वत:ची — माझ्या खूप ओळखीची झालीय आता. आणि आजकाल कुठल्या कॉलेजची अवस्था चांगली आहे? कॉलेजची अवस्था बिघडायला मुलं आणि त्यांचे पालक जबाबदार आहेत. उलट माझ्या दुसऱ्या मुलाला सुद्धा मी त्याच कॉलेजमध्ये टाकणार आहे.

३. **A** : ओळख दुसऱ्याची — तो अभिनेता तुम्हाला मित्र मानतो? त्याला मैत्री कुणाशी करावी हे समजत नसावं. त्याची टेस्ट खराब असावी.

**B** : ओळख स्वत:ची — तो एवढा मोठा अभिनेता आहे, पण मैत्री कुणाशी करावी हे त्याला चांगलं कळतं. तो मला मित्र मानतो. त्याची टेस्ट चांगली आहे.

## ८. सतत तुम्हीच अपराधी –

दुसऱ्यावर राज्य करता यावं म्हणून त्यास सतत अपराधी भावनेत ठेवण्यात येतं. त्याला स्वत:ला सतत अपराधी वाटेल असं बोलण्यात येतं.

आई-वडील मुलास, शिक्षक विद्यार्थ्यास किंवा उलटही घडते.

पती पत्नीस किंवा पत्नी पतीस

बॉस हाताखालील लोकांस

असे बोलताना आढळतात.

दुसऱ्यास अपराधी भावनेत ठेवून आणि त्यासाठी तसं बोलून, तुम्ही काही काळ एखाद्यावर वर्चस्व गाजवू शकता. अर्थात ते सुद्धा काही काळ. काही काळानंतर असे वर्चस्व गाजवणारी व्यक्ती मनातून उतरून जाते. कुणालाही आवडत नाही.

याउलट समोरच्या व्यक्तीचा आत्मविश्वास वाढविणारं बोला. त्याची कार्यक्षमता वाढवा. त्याच्याकडून आदर, मान, जिव्हाळा मिळवा.

बोलताना असा विचार करा.

## ९. तुमच्यासमोर इतरच चांगले –

एखाद्यासाठी तुम्ही खूप करत राहाता. तुम्हाला सतत वाटते की त्याने तुम्हास चांगले म्हणावे. पण तो मात्र तुम्हास कधीच चांगले म्हणत नाही. कधीही तुमचे कौतुक करत नाही.

याची पुढची पायरी म्हणजे तो तुमच्यासमोर इतरच लोकांचे कौतुक करतो. मुद्दामच करतो. त्यांना चांगले म्हणत राहातो. अशा लोकांना तो चांगले म्हणतो, जे त्याच्यासाठी काहीच करत नाहीत. असे लोक, जे तुम्हास आवडत नाही त्यांची तो वारेमाप स्तुती करतो.

एक प्रकारची ही टीकाच आहे. समोरच्या व्यक्तीस मोडीत काढण्याचाच प्रकार आहे. असे कृपया करू नये.

आपले बोलणे प्रभावशाली व्हावे, परिणामकारक व्हावे, दुसऱ्याला आवडावे आणि तुमच्याविषयी गैरसमज होऊ नये असे वाटत असेल तर समोरच्या व्यक्तीस नावे ठेवून, कमी लेखून कधीही बोलू नये.

समजा, समोरच्या व्यक्तीची काही चूक होते आहे असे तुम्हास वाटते आहे. चूक, मग ती वागताना-बोलताना होऊ देत, अभिव्यक्त होताना होऊ देत, संगत सोबत निवडताना होऊ देत, वस्तू-व्यक्ती निवडताना होऊ देत, ध्येय निवडताना होऊ देत, तरी आक्रस्ताळेपणाने प्रतिसाद देऊ नये, फारच नुकसानीत जाणारी चूक आहे असे वाटत असेल, तर सौम्य आणि सभ्य शब्दात त्याच्या ते लक्षात आणून द्यावे.

असे करताना तुमचा हेतू शुद्ध हवा. समोरच्याला दुखवण्याचा नसावा. त्याला नुकसानीपासून वाचवणारा असावा. आणि तुमचा हा शुद्ध उद्देश त्याला तीव्रपणे जाणवायला हवा.

❒❒

– ५ –

# ‘अभिव्यक्तीमधील दोष’

हा खूप महत्त्वाचा प्रदेश आहे आणि विशेष म्हणजे या भागावर आपण विशेष असा विचार कधीही करत नाही.

‘अभिव्यक्ती’

स्वत:ला व्यक्त करण्याची पद्धत

याचे दोन भाग आपण करू शकतो. प्रत्यक्ष बोलणे, ज्याला आपण **वाचिक अभिव्यक्ती** म्हणू शकतो. दुसरं म्हणजे शारीरिक हालचाली- ज्याला आपण **कायिक अभिव्यक्ती** म्हणू शकतो. देहबोली किंवा ‘बॉडी लँग्वेज’ असाही शब्द वापरू शकतो.

आपलं बोलणं, आपला आवाज दुसऱ्याच्या कानावर पडणार आहे. तो कसा असणार आहे हे फार महत्त्वाचे आहे. आणि तो आवाज त्याच्या कानावर पडताना त्याला समोर तुमची जी देहबोली दिसते ती सुद्धा खूप महत्त्वाची आहे. याच त्या दोन गोष्टी आहेत ज्यामुळे ऐकणाऱ्यावर किंवा पाहाणाऱ्यावर तुमची छाप पडत असते. तो प्रभावित होतो.

तुम्ही बोलताना तुमचा काही हेतू असतो. तुमच्या बोलण्याला, शब्दाला, वाक्याला काही अर्थ असतो. ज्या अर्थानं/अर्थासाठी, ज्या हेतूनं/हेतूसाठी तुम्ही बोलता, नेमका तोच अर्थ आणि हेतू समोरच्या ऐकणाऱ्या व्यक्तीच्या मनापर्यंत पोहोचवणं हे काम वाचिक आणि कायिक अभिव्यक्तीचं आहे.

प्रथम आपण कायिक अभिव्यक्ती आणि त्यातील दोषांबद्दल पाहू या.

***१. व्यक्तिमत्त्व –***

तुमचं दिसणं तुमच्या हातात नाही हे काही प्रमाणात खरं आहे. तुमचा रंग, उंची, चेहरा, नाक-डोळे यांची रचना तुमच्या हातात नाही. पण खालील गोष्टी

तुमच्या हातात आहे.

अतिशय माफक खाणं

अती तळलेलं न खाणं.

अती गोड न खाणं.

रोज नियमित व्यायाम करणं, प्राणायाम करणं. काही वेळ रोज मोकळ्या हवेत फिरणं.

एवढं केलं तरी शरीर सुडौल, बांधेसूद राहातं. पोट प्रमाणात राहातं. चेहऱ्यावर तजेला दिसतो. समोरच्या व्यक्तीस आपण प्रसन्न वाटतो.

रोज स्वच्छ दाढी करणे, आंघोळ करणे. जे काही कपडे असतील ते स्वच्छ धुवून, इस्त्री करून घालणे. एवढ्या प्राथमिक गोष्टींनी सुद्धा तुम्ही बरे दिसता. तुमचं बाह्य व्यक्तिमत्त्व चांगलं वाटतं.

आपल्या दातांचं, नखांचं, त्वचेचं आरोग्य सांभाळणं फार गरजेचं आहे. आपल्या व्यक्तिमत्त्वाचाच तो एक भाग आहे. आपण चांगलं दिसणं गरजेचं आहे, म्हणजे निरोगी दिसणं गरजेचं आहे. एखाद्यासमोरून गेल्यानंतर अगदी सुगंधच यायला हवा असे नाही. पण दुर्गंध तरी नक्कीच यायला नको.

आपल्याकडे जे ज्ञान आहे, एकूण हुशारी आहे ती आपल्या व्यक्तिमत्त्वातून आपोआप परावर्तित होत असते. त्यामुळे सततचे ज्ञानार्जन हवे. त्यासाठी वाचन, मनन, प्रत्यक्ष कृती, प्रवास, अगणित अनुभवसंपदा, वैचारिक समृद्धी हे सगळं असायला हवं.

### *२. कायिक हालचाली - विक्षेप*

**अ)** भाषण करताना वक्ता अनेक वेळा हातवारे करतो. रंगभूमीवर अभिनय करताना सुद्धा नट-नट्या हातवारे करतात. कारण एखादी गोष्ट उंच स्वरात बोलायची असते. एखादा मुद्दा ठासून मांडायचा असतो. अशावेळी शब्द एका विशिष्ट शक्तीनं बाहेर पडतात. बोलणं एका विशिष्ट क्षमतेनं बाहेर पडतं. त्या शक्तीला आणि क्षमतेला अनुरूप आविर्भाव हातांद्वारे होतो. आपोआप होतो. कारण उंच स्वरामुळे येणारी कंपने स्थिर शरीर, स्थिर हात रिचवू शकत नाही. नंतर नंतर हातवारे आणि विशिष्ट शारीरिक हालचाल ही वक्त्याची अथवा नटाची खास शैली बनून जाते.

असे हातवारे किंवा शारीरिक हालचाली या बोलण्याच्या परिणामास पूरक ठरतात.

पण रोजच्या जीवनात एकमेकांशी बोलताना काही लोक अनावश्यक हातवारे करतात. ते टाळायला हवेत. भांडताना हातवारे होऊ शकतात. कारण भांडण साधारणपणे उंच स्वरात होते.

पण उदाहरणार्थ, खालील साधे वाक्य पाहा.

"मी तुला फिरायला घेऊन जातो."

आता इथे जर खालील प्रमाणे हातवारे केले

मी - स्वत:च्या छातीवर हात

तुला - तुमच्या छातीवर हात

फिरायला - एक हात गोल गोल फिरवणे

घेऊन- हाताचा झोका

जातो - हाताने एका दिशेला झटका देणे.

आता इतके हातवारे केले तर ते बोलणे परिणामकारक न होता हास्यास्पद होईल. थोडक्यात, बोलताना होणारे अनावश्यक हातवारे टाळायला हवेत.

**ब)** हातवारे ही तर सामान्य बाब झाली. पण काही लोकांना तर शरीरच्या विशिष्ट हालचाली करत बोलण्याची सवय असते. उदाहरणार्थ,

१. सतत नाकाला हात लावणे. नाक ओढणे. नाक चोळणे. नाक खाजवणे.

२. संपूर्ण चेहऱ्यावर कुठे कुठे स्पर्श करत बोलणे.

३. सतत टाळी वाजवत बोलणे.

४. दुसऱ्याला टाळी घेत किंवा दुसऱ्याला टाळी देत बोलणे

५. हाताचे कोपर कमरेवर किंवा पोटाच्या बाजूला आपटत बोलणे.

६. हात मांडीवर आपटत बोलणे.

७. पायाला झटका देत बोलणे.

८. समजा बसलेले आहात तर घोट्यातून पाऊल जोरात हलवत बोलणे.

या किंवा अशा प्रकारच्या हालचाली करत बोलण्याची आपल्याला सवय असेल तर आपले बोलणे प्रभावी होण्याची शक्यता फार कमी आहे. कारण आपली शारीरिक क्षमता अशा विद्रूप हालचालींमध्ये खर्च पडेल आणि प्रत्यक्ष बोलण्यासाठी कमी पडेल.

दुसरे असे की, ऐकणारी व्यक्ती तुमचे बोलणे तेवढ्या एकाग्रतेने तुमचे बोलणे ऐकूच शकणार नाही. कारण तिचे लक्ष तुमचे हातवारे, चाळे, अंग विक्षेप पहाण्यात जाणार. जर तुमचे बोलणे नीट ऐकलेच गेले नाही तर त्याचा परिणाम काय

होणार?

**क)** आपले डोळे ही अशी खिडकी आहे की ज्यामधून आपण जगाकडे पाहात असतो. पण सत्य असे की, याचवेळी याच खिडकीतून जग आपल्याकडे पहात असते.

जगाला इंप्रेस करायचं ना तुम्हाला? पण मग त्यासाठी जगानं तुमच्याकडे पाहायला तर हवं. प्रथम जगानं तुमच्याकडे पाहिलं. आता जगाला तुमच्या आत बघायचं आहे, तुमच्या डोळ्यांच्या खिडकीमधून! त्यासाठी तुम्ही तुमच्या डोळ्यांची खिडकी स्थिर आणि उघडी ठेवायची आहे.

काही लोक डोळ्यांची बुब्बुळं सतत हलती आणि भिरभिरती ठेवतात. ते स्वत:च सतत इकडे तिकडे पाहात बोलतात. नुसतेच डोळे इकडे तिकडे फिरवून समाधान होत नसेल तर अगदी मानही इकडे तिकडे फिरवतात. पापण्यांची सतत उघडझाप करतात. अधून-मधून दोन्ही डोळे मिचकावतात. काही लोक तर बोलता-बोलता दोन्ही डोळे मिचकावतात.

आता या असल्या विक्षेपांना काय म्हणावं? बोलताना समोरच्या व्यक्तीच्या डोळ्यात डोळे घालून बोलावं. डोळ्यात डोळे घालून म्हणजे रागानं, तिरस्कारानं नव्हे! खुनशीपणे नजर रोखायची नाही. प्रेमानं नजरेला नजर मिळवायची. आणि मग अतिशय स्पष्टपणे, शांतपणे आणि किंचित संथपणे बोलावं; परिणाम झालाच पाहिजे.

समोरची व्यक्तीसुद्धा तुमच्या डोळ्यातून तुमच्या आत डोकावून पाहात असते. तिला पाहूद्यात. तुम्ही उगाचच इकडे तिकडे, वर खाली पाहात बोलू नका. समोरील व्यक्तीच्या गळ्याकडे अथवा त्याच्याही खाली पाहात बोलू नका. असे कराल तर तुमची आत्मविश्वासाची पातळी कमी आहे असे सिद्ध होईल.

काही अभिनेते, नट-नट्या, लज्जा, भीती, कृतज्ञता, त्याग, तिरस्कार, राग, द्वेष, छुपं प्रेम, लबाडी.... वगैरे वगैरे! भावना दाखवण्यासाठी अथवा लपवण्यासाठी नजरेला नजर न देण्याचा अभिनय करतात. इकडे तिकडे बघत बोलण्याचा अभिनय करतात. प्रत्यक्ष व्यवहारात बोलताना, अशा प्रकारचा अभिनय करत कधीही बोलू नये.

समोरच्या व्यक्तीस तुमच्या डोळ्यात पाहाण्याची जेव्हा संधी मिळते, तेव्हा त्याला बरंच काही समजून जातं. तुमच्या डोळ्यात, तुमचं अवघं व्यक्तिमत्त्व येऊन उभं राहिलेलं असतं. तुमचा बोलण्यामागचा हेतू, भाव, तळमळ, खरेपणा, खोटेपणा, सगळं तुमच्या डोळ्यात उतरलेलं असतं. त्याचा परिणाम ऐकणाऱ्यावर होतो आणि

त्यामुळे तुमचं बोलणं प्रभावी होतं.

तेव्हा चेहऱ्यावर कुठलाही विक्षेप न आणता समोरच्या व्यक्तीच्या डोळ्यात पाहून बोलावे.

### ३. आळस-जांभई –

रोज जे लोक चालतात, पोहतात, प्राणायाम, योगासने करतात किंवा कुठल्याही प्रकारचा मैदानी खेळ खेळतात असे लोक सहसा आळस अथवा जांभई देत नाहीत. एखादे दिवस व्यायाम बुडाला तर अपवादात्मक परिस्थितीत केव्हा तरी अशा लोकांना जांभई अथवा आळस येऊ शकतो.

या उलट जे लोक कुठलाही व्यायाम करत नाहीत, सतत लोळत असतात, सतत आडवे पडत असतात, बसून राहातात, कुठलीही कष्टाची कामे करत नाहीत— असे लोक सतत जांभया आणि आळस देत रहातात.

बोलताना तुम्ही जर जांभई अथवा आळस दिलात तर तुमच्या बोलण्याचा परिणाम शून्यावरच येतो. तुम्हाला बोलण्याची इच्छा नाही असा त्याचा पहिला अर्थ होतो. दुसरा अर्थ म्हणजे तुमच्यात बोलण्याची क्षमता नाही आणि बोलताना तुम्हाला त्रास होतो आहे, असे ऐकणाऱ्या व्यक्तीस वाटत राहाते. त्या व्यक्तीची ऐकण्याची इच्छा कमी व्हायला लागते. बोलण्याचा परिणाम नाहीसा व्हायला लागतो.

शारीरिक आणि मानसिक थकव्यामुळे क्वचित जांभई किंवा आळस येणे स्वाभाविक आहे. पण त्यावर आवर घालावा. त्याचे प्रदर्शन होणार नाही याची खबरदारी घ्यावी.

### ४. भपका, धूर, तोबरा –

सायंकाळचं होणारं मद्यपान आजकाल प्रतिष्ठेचं व्हायला लागलंय. प्रसंगानुरूपही लोक आजकाल मद्यपान करायला लागलेत. सायंकाळी कुठल्याही बारमध्ये पाहिलं तर वातावरण हाऊसफुल दिसतं. बसायला जागा नसते. महत्त्वाचं बोलण्यासाठी लोक हल्ली अशा ठिकाणाची आणि अशा वातावरणाची निवड करतात.

काही गप्पा व्यवसायाच्या असतात. काही व्यक्तिगत सुखदुःखाच्या असतात. मद्य प्यायल्यानंतर मेंदू थोडा स्वस्थ होतो. मनावरचा धोरणात्मक बंध सैल होतो. माणसं अधिक मोकळेपणाने आणि स्पष्ट बोलतात. या वातावरणात एकमेकांचं ऐकताना खूप बरं वाटतं. प्रभावी वाटतं. एकमेकांना उत्स्फूर्तपणे दादही दिली जाते. पण त्याचं महत्त्व त्या वेळच्या बैठकीपुरतं असतं.

रात्री मद्य घेऊन केलेल्या चर्चा दुसरे दिवशी निरर्थक वाटतात. रात्री ज्या

बोलण्याने प्रभावित झाल्यासारखं वाटतं, तेच बोलणं सकाळी एका दारुड्याची बडबड म्हणून आठवतं.

दुसऱ्याला काही महत्त्वाचे सांगायचे असेल तर मद्यपान करून सांगू नये. मद्य घेऊन मग आपल्या बोलण्याने कुणासही प्रभावित करण्याचा प्रयत्न करू नये. किंवा ज्याने आधीच मद्य घेतले आहे, त्यास काहीही महत्त्वाचे सांगण्याचा अथवा त्याला प्रभावित करण्याचा प्रयत्न करू नये.

काही लोक सिगारेट ओढत बोलतात. समोरच्या व्यक्तीच्या अंगावर धूर सोडत बोलतात. असा धूर कुणी आपल्या तोंडावर सोडला तर आपल्याला श्वास घ्यायला त्रास होतो. आपला असा जर श्वास कोंडला तर समोरच्या माणसाचे बोलणे ऐकावे वाटेल का?

सिगारेट ओढणाऱ्या माणसाच्या मेंदूला आणि मज्जासंस्थेला तात्पुरती शिथिलता मिळते. सिगारेट ओढताना बरं वाटतं, नंतर त्याचं फुफ्फुस सडून जातं हा भाग वेगळा. ज्याच्या अंगावर हा धूर सोडला जातो त्याला त्या घाणेरड्या वासाने किती असह्य होतं! श्वास कोंडून टाकणारा तो वास, समोरच्या व्यक्तीची घाण वाटणारा.

तेव्हा सिगारेट ओढत कुणाशीही बोलू नये. आणि खरं तर सिगारेटही ओढूच नये. त्यामुळे आरोग्याला धोका आहेच.

तिसरा आणखी किळसवाणा, घाणेरडा प्रकार म्हणजे लोकांचं तंबाखू खाणं, गुटखा खाणं! याच्याइतका घाण प्रकार दुसरा नाही. शरीरास अत्यंत घातक आणि अपायकारक आहे. तंबाखू, चुना, गुटखा असे घातक आणि घाणेरडे, किळसवाणे पदार्थ गोळी करून तोंडात कोंबायचे. गाल, ओठ अशी अत्यंत नाजूक त्वचा असलेल्या ठिकाणी दाबून धरायचे. त्याही पुढचा घाण प्रकार म्हणजे, तोंडात वारंवार जमा होणारी लाळ पचाक पचाक करत बाहेर थुंकायची! व्यसनाचा हा प्रकार दुसऱ्यास किती घाण वाटतो याचा विचार हे लोक कधीच का करत नाहीत? यांच्या तोंडाचा आणि एकूण त्वचेचाच एक घाणेरडा वास सतत येत असतो. यांचा स्पर्श आणि शरीर सहवास यांचा जोडीदार कसा सहन करतो? केवढी ही शिक्षा?

स्वतःचं व्यक्तिमत्त्व इतकं घाणेरडं करून, तोंडात लाळ ठेवून हे लोक जेव्हा दुसऱ्याशी बोलतात, तेव्हा ते कुणास ऐकावंसं वाटेल? आणि मुळात जे ऐकावंच वाटणार नाही, त्याचा परिणाम तो काय होणार? प्रभाव तो काय पडणार?

तंबाखू तोंडात ठेवून कुणाशीही बोलू नये. मुळात तंबाखू खाऊच नये. आरोग्यास ते अपायकारक आहे.

### ५. वाचिक अभिव्यक्ती आणि दोष –

एखादा माणूस जन्मत:च बोबडा किंवा तोतरा असेल तर तो त्याचा शारीरिक दोष होऊ शकतो. अभिव्यक्तीचा नाही. पण परमेश्वरानं स्वच्छ वाणी देऊनही काही लोक सदोष बोलतात. उदाहरणार्थ—

१. भरभर बोलणं - काही लोक आश्चर्य वाटावे इतके भरभर बोलतात. ते असं का बोलतात, हा वेगळ्या मानसशास्त्रीय संशोधनाचा भाग आहे. तूर्त आपला त्या संशोधनाशी संबंध नाही. पण या लोकांनी प्रयत्न केला तर हे लोक संथ, सावकाश बोलू शकतात. भरभर जेवणारे आणि भरभर बोलणारे लोक सारखेच.

भरभर जेवण्यानं माणूस अनावश्यक जास्त खातो. त्यामुळे तो जाड, बेडौल होतो. त्याच्या पचनशक्तीवर उगाचच जादा ताण येतो. भरभर बोलण्यानंही माणूस अनावश्यक बोलत जातो. त्यामुळे त्याचं बोलणं बेडौल, स्थूल आणि आकारहीन वाटते. ते ऐकणाऱ्यास अत्यंत रूक्ष आणि कंटाळवाणे वाटतं. वाक्याचे शेवटचे क्रियापद किंवा शब्दातील शेवटचे अक्षर व्यवस्थित न उच्चारले गेल्यामुळे रसभंग होतो. नक्की कुठलाच भाव नीट उत्पन्न होत नाही. बोलणारा थकतो आणि ऐकणाऱ्यावर कसलाही परिणाम होत नाही.

२. अती संथ बोलणं

३. दोन शब्दात अथवा दोन वाक्यात इतके थांबणे की तेवढ्या वेळात ऐकणारा पंधरा वीस किलोमीटर फिरून येतो.

४. अती ओरडून बोलणं.

५. अती हळू बोलणं.

६. दोन वाक्यांमध्ये न थांबता, श्वास संपेपर्यंत बोलत रहाणे. श्वास संपताना वाक्यही थांबणे श्वास संपताना वाक्य जिथे अर्धे आहे तिथेच थांबून नव्याने श्वास घेऊन पुढे बोलणे वगैरे.

### ६. शब्द उच्चार / शब्दावरील जोर

मराठी भाषेमध्ये पहिला उकार, पहिला उकार, पहिली वेलांटी, दुसरा ऊकार, दुसरी वेलांटी असते. यालाच ऱ्हस्व आणि दीर्घ असे म्हणतात. हे व्यवस्थित लिहिल्याने आणि व्यवस्थित उच्चारल्याने बोलणे प्रभावी होते. पण सगळ्यांनाच हे जमावे अशी अपेक्षा नाही. तंतोतंत शंभर टक्के मलाही जमत नसावे. पण बोलण्याशी निगडितच असा ज्यांचा व्यवसाय आहे त्यांना मात्र हे जमायला हवे. बाकीच्यांनीही प्रयत्न करावयास हरकत नाही.

आणि पाणी-लोणी या आणि अशा शब्दात वाणातला 'ण' आहे. अनेक लोक तिथे नळातला 'न' उच्चारतात. पूर्वी बाणातल्या 'ण' ऐवजी 'न' उच्चारणाऱ्या लोकांची टिंगल होत असे. वास्तविक हे टिंगल करणारे लोक फक्त 'ण' चा उच्चारच बरा करतात, बाकी भाषेची बोंबच असते.

'श' आणि 'ष' यांचे उच्चार वेगळे आहेत त्यामुळे गोष्ट, स्पष्ट या शब्दांचे उच्चार जाणीवपूर्वक करावे लागतात. 'आयुष्य' हा शब्द उच्चारताना 'आ' हा उच्चार लांबवावा लागतो. 'यु' हा उच्चार ऱ्हस्व असल्याने उडी मारल्यासारखा पटकन वापरावा लागतो. काही लोक आजही 'आईष्य, आवीष्य' असा उच्चार करतात.

बोलीभाषा हा आणखी वेगळाच विषय आहे. दर चौदा मैलावर बोलीभाषेचा लहेजा बदलतो असे म्हणतात. भाषेला एक लय असते. ठेका, ताल असतो. हेल, गेयता असते. वेगवेगळ्या जिल्ह्यात वेगवेगळ्या ठेक्यात बोललं जातं. त्या बोलणाऱ्याच्या ठेक्यावरून आपण ओळखू शकतो. काय कोल्हापूर का? सोलापूर, सातारा, नगर, नागपूर, रत्नागिरी वगैरे!

बोली भाषेत मूळ छापील शब्दाचे बोली भाषेतले रूप वापरतात. त्यास अशुद्ध म्हणू नये. ती बोलीभाषा आहे - उदाहरणार्थ

मी - म्या, आम्हाला - आम्हास्नी, नाही - नव्हं, नाय

माहिती - ठावं, खूप - लई, पुन्हा - पुन्यांदा

शिवाय - बिगार ---- वगैरे !

वेगवेगळ्या भागातून, जिल्ह्यातून येणारा लहेजा अतिशय गोड वाटतो. खरं तर या बोलीभाषेच्या लयीत मनीचा भाव ठासून भरलेला असतो. त्याचा एक वेगळा परिणाम ऐकणाऱ्यावर होतोच.

आपण जेव्हा बोलतो, त्यावेळी वाक्य बोलताना त्यातील प्रत्येक शब्दावर वेगवेगळे वजन नकळत पडत असते. हेच वजन फक्त जाणीवपूर्वक द्यायला हवे. कारण वाक्यातील वेगवेगळ्या शब्दावर वेगळा आणि विशिष्ट जोर दिला की, वाक्याचा अर्थ बदलतो. उदाहरणार्थ, खालील वाक्य पाहा.

***''हा हार मी त्या दुकानातून विकत घेतला''***

वरवर दिसायला हे एक साधे आणि सरळ वाक्य दिसते आहे. आता आपण या वाक्यातील प्रत्येक शब्दावर वेगवेगळा जोर देऊ. आणि वाक्य पुन्हा पुन्हा उच्चारून पाहू. बघा अर्थ कसा बदलतो.

"**हा**" या शब्दावर जोर द्या.

'हा' हार मी त्या दुकानातून विकत घेतला.

अर्थ - त्या दुकानात अनेक हार होते त्यातला नेमका हा हार मी विकत घेतला.

"*हार*"

अर्थ - त्या दुकानात अनेक अलंकार होते. पण त्यातला मी नेमका हार विकत घेतला.

"*मी*"

अर्थ - तिथे अनेक लोक होते पण त्यापैकी मी स्वत: आणि फक्त मीच हा हार विकत घेतला. दुसऱ्या कुणीही नाही.

"*त्या*"

अर्थ - तिथे ओळीने अनेक दुकाने होती पण त्यातील नेमक्या त्या दुकानातून विकत घेतला.

"*दुकानातून*"

अर्थ - दुकानातून विकत घेतला. फूटपाथवरून, फेरीवाल्याकडून, टपरीवरून, स्टॉलवाल्याकडून नाही, तर दुकानातून विकत घेतला.

"*विकत*"

अर्थ - विकत घेतला. फुकट, उधार, उसनवार, भीक मागून नाही. विकत घेतला.

"*घेतला*"

अर्थ - तो देत नव्हता. मी म्हटलं कसा देत नाहीस तेच पाहतो- घेतला.

शब्दावर जोर देण्याची ही अशी गंमत आहे. वाक्य उच्चारण्यापूर्वी त्याचा नक्की कुठला अर्थ आपल्याला अभिप्रेत आहे हे मनाशी नीट ठरवावं. त्याप्रमाणे कुठल्या शब्दावर जोर द्यायचा ते ठरवावं. आणि मग लक्ष देऊन नेमक्या त्याच शब्दावर जोर देऊन ते वाक्य उच्चारावे. तुमच्या वाक्याचा अपेक्षित परिणाम झालेला

तुम्हाला दिसेल.

सुरुवातीला हे किचकट वाटेल. वेळखाऊ आणि कंटाळवाणं वाटेल. पण नंतर आपोआप त्याची सवय लागेल. लक्षात ठेवून आणि लक्ष देऊन काही करावे लागणार नाही. योग्य शब्दावरच जोर दिला जाईल. आपोआप!

असं बोलणं प्रभावी असेल.

परिणामकारक असेल.

❏❏

# – ६ –
# धोरणातील दोष – भाग १

आपण जेव्हा दुसऱ्याशी बोलतो तेव्हा आपले स्वत:चे एक धोरण कार्यरत असते. या धोरणामध्ये अनेक गोष्टी असतात. या धोरणाची चौकट मूलत: चांगल्या परिणामासाठी असते. चांगल्या निष्पत्तीसाठी असते. या धोरणामागे खालील गोष्टी कार्यरत असतात.

१. आपला विवेक
२. आपली सारासार विचारशक्ती
३. आपले व्यवहारज्ञान
४. भविष्याचा अंदाज घेण्याची आपली क्षमता.
५. कुणास काय बोलल्याने त्याचा परिणाम काय होऊ शकतो याचा, अचूक वेध घेण्याची क्षमता.

आपण काही गोष्टी पाहू या.

### १. कुठला विषय, कुणाशी, कुठल्यावेळी –

याचे गणित मांडता येते. पण प्रत्येक माणसामागे ते गणित बदलते. कुठला विषय कुणाशी बोलावा, यापेक्षा तो कुणाशी बोलू नये हे महत्त्वाचे आहे. एखादी गोष्ट कुठल्या वेळी बोलावी, यापेक्षा ती कुठल्या वेळी बोलू नये हे जास्त महत्त्वाचे आहे. यातूनच कुठल्या वेळी आणि कुणाशी काय बोलावे हे ठरत जाते.

आपण अनेक अनुभवातून गेल्यानंतर खालील तात्पर्यापाशी येतो.

### २. समोरील व्यक्ती रागात, दु:खात, भीतीत, निराशेत असताना –

१. प्रथम तिच्या स्थित भावनेचा निचरा होऊ द्यावा किंवा तत्सम भावनेचा निचरा होण्याच्या दृष्टीने काही प्रत्यक्ष कृती करावी. फार बोलू नये. तिच्याजवळ राहावे. तिच्यापाशी बसावे.

२. घडलेली गोष्ट चूक की बरोबर असले कुठलेही विवेचन करू नये. सगळ्यात महत्त्वाचे- त्या व्यक्तीस कुठलाही सल्ला देऊ नये. शहाणपणा शिकवायला जाऊ नये. 'तू असे बोलायला, करायला नको होते' असे प्रवचन देऊ नये.

३. त्यास असे सांगावे,

"मनाची सध्याची स्थिती ही तात्पुरती अवस्था आहे. या अगोदरचे जीवन चांगले आणि नॉर्मलच होते. यापुढचेही जीवन चांगलेच आणि नॉर्मलच असेल. जीवनाच्या मोठ्या रस्त्यावर अधूनमधून असा खराब रस्ता लागतो. तो पार करायचा असतो; तरच पुढचा चांगला रस्ता दिसतो."

४. त्या व्यक्तीच्या आयुष्यात यापूर्वी जर अशा प्रकारची किंवा याहीपेक्षा गंभीर परिस्थिती येऊन गेली असेल आणि त्यातून तो बाहेर पडला असेल तर त्याची आठवण करून द्यावी.

५. अशा प्रकारची परिस्थिती सध्या कुणाच्या आयुष्यात चालू असेल तर त्याचे उदाहरण द्यावे. तो कसा सामना करतो आहे ते सांगावे---- "तरी बरं, तुमची परिस्थिती त्यापेक्षा चांगली आहे," असे सांगावे.

६. त्यास "जास्तीत जास्त काय वाईट घडू शकते होऊ शकते" याची अतिशय सौम्य शब्दात कल्पना द्यावी. त्या अंतिम वाईटाशीच लढायला मन एकदा तयार झालं की त्यापुढे सद्य:स्थिती काहीच नाही असे सांगावे.

७. एकूणच सगळे बोलणे ओरडून, ठासून सांगू नये. कमीत-कमी शब्दात, संथ स्वरात सौम्यपणे सांगावे.

### ***३. चारचौघात टाळावयाचे उल्लेख –***

आपण जेव्हा समूहात असतो त्यावेळी तेथील कुणाच्याही बाबतीतला व्यक्तिगत आणि अप्रिय उल्लेख जाणीवपूर्वक टाकायला हवा. उदाहरणार्थ,

१. कुणाला अथवा कुणाच्या मुलाला परीक्षेत कमी मार्क्स मिळाले.

२. कुणाच्या मुलाला बरेच दिवस नोकरीच मिळत नाही. तो घरीच बसून असतो.

३. कुणाची मुलगी परजातीच्या मुलाबरोबर पळून गेली.

४. कुणाच्या मुलाने आई-वडिलांना घराबाहेर हाकलून काढले.

५. कुणी कुणाकडून कर्ज घेतले, उसने पैसे घेतले.

६. कुणाच्या नवऱ्याची किंवा बायकोची बाहेर इतरत्र भानगड चालू आहे.

७. कुणाच्या मुलाचे अथवा मुलीचे बरेच वर्षे प्रयत्न करूनही लग्नच जमत नाही.

९. कुणाला लग्नानंतर बरीच वर्षे अपत्य होत नाही.

१०. कुणाला एखाद्या ठिकाणी अपमान करून हाकलण्यात आले.

कुणाला घाणेरडी सवय असते की हेतुपुरस्सर असे उल्लेख करून एखाद्यावर वेदनेची वेळ लादायची. तर कुणाच्या तोंडून अजाणतेपणी चुकून असा उल्लेख निघून जातो. अशा गोष्टी टाळायला हव्यात. लक्षात ठेवून, प्रयत्न करून अशा गोष्टी टाळायला हव्यात. तुमच्या हातून-तोंडून असं सारखं घडत राहिलं तर तुम्ही चार-चौघात बसण्याच्या लायकीचे उरत नाही. अप्रिय होता. तुमचं बोलणं नकोसं होतं.

## ४. नवरा-बायको –

प्रत्येक जोडीचे एक वेगळे धोरण इथे आपण मांडू शकतो. तरी पण काही कॉमन गोष्टींचा इथे उल्लेख करू या.

टाळावयाचे आणि आवर्जून करावयाचे उल्लेख.

### नवरा –

१. बायकोची कुणाशीही तुलना करून बोलू नये. 'अमुक स्त्रीपेक्षा तू कमी' अशी तर तुलना नकोच पण अमुक स्त्रीपेक्षा 'तू जास्त' अशी ही तुलना नसावी. म्हणजे नकोच! बायकोबरोबर इतर कुठल्याही स्त्रीचा कसलाच विषय बोलू नये.

२. तिची तुलना करायचीच असेल तर फक्त तिच्या आई-बरोबर करावी. यावेळी, तुझी आई तुझ्यापेक्षा हुशार, देखणी, स्वयंपाकामध्ये उत्तम वगैरे गोष्टीही स्त्रिया आनंदाने ऐकतात, स्वीकारतात असे नव्हे.

३. स्त्रीच्या माहेरच्या लोकांबद्दल शक्यतो काहीही बोलू नये. वाईट तर या जन्मात बोलू नये. पण चांगले बोलायचे असेल तरी एक दोन वाक्यात उरकावे. कारण तुम्ही जेवढे जास्त बोलाल तेवढी तुमच्याकडून बोलण्यात चूक होण्याची शक्यता जास्त. बायकोच्या माहेरचे लोक जेव्हा घरी येतात त्यावेळी थोबाडाला कुलूप घालावे. बायकोचे गुलाम बनून राहावे.

४. स्त्रीचे कष्ट, शारीरिक-मानसिक थकवा, तिचं नित्याचं किरकोळ आजारपण याची दखल घेणारे, रोज न चुकता बोलावे. तिला त्याची गरज असते.

५. बायकोवरती शक्यतो ओरडून, रागावून बोलू नये. ती बोलली तरी! गप्प बसावे. ठार गप्प बसावे.

६. बायकोशी भांडू नये, "नवऱ्याशी भांडण करणे आणि नवऱ्यावर आरोप

करणे'' हे स्त्रियांचे जन्मसिद्ध हक्क आहेत. इतरांवर ओरडणे आणि इतरांना दोष देणे हा तिच्या स्वभावाचा एक अविभाज्य भाग आहे. त्यांच्या मनाची ती गरज आहे. नवऱ्याने अशा वेळी मुक्या माणसासारखे चूप बसावे.

७. स्वतःवर ताबा न राहिल्याने कधी भांडणे होतात. अशा वेळी आपण कधी मुलांसमोर बायकोस वाईट बोलतो. तिची निंदा करतो. नंतर याच मुलांसमोर तिची माफी मागावी. तिला प्रेमानं जवळ घ्यावं. तिच्या गुणांचे कौतुक करावे. कष्टांची कदर करावी.

८. ''हे माझं घर आहे. तुझ्या बापाचं नाही. तू तुझ्या बापाच्या घरी निघून जा. या घरातून चालती हो'' असं वाक्य जगातील कुठल्याही नवऱ्याने आपल्या बायकोला बोलू नये.

### बायको –

मी नवऱ्याला अनेक सूचना केल्या आहेत. त्या त्याने पाळाव्यात अशी अपेक्षा करूयात. पण मी तुम्हाला फार सूचना करणार नाही. नवऱ्याला हवं ते बोला, हवं तितकं बोला. जमल्यास खालील तीन चार गोष्टी पाळा.

१. नवऱ्याला त्याच्या आई-वडिलांपासून तोडू नका. भाऊ-बहीण यांच्यापासून तोडू नका. त्याच्या मुलांपासून तोडू नका.

२. नवऱ्यास त्याचे आई-वडील, भाऊ-बहीण, मुले यांच्या समोर बोलू नका.

३. नवरा ऑफिसला जाण्याआधी अर्धा ते एक तास त्याला, तुम्हास काय हवे ते सांगा. हे पाहिजे, ते नको, इकडे जायचंय, ते राहिलंय, याला फोन करायचाय हे असलं सगळं शक्यतो आदल्या दिवशी रात्री किंवा तो ऑफिसला जायच्या आधी किमान अर्धा तास सांगा. तो ऑफिसला निघताना कृपया तुमची पाच ते दहा मिनिटे त्याला देऊन त्याला आवरण्यास मदत करा.

४. नवरा कामावरून घरी आल्यानंतर किमान दहा मिनिटं तरी त्याला अटेन्ड करा. त्याला बोलायचं असेल तर बोला. बोलायचं नसेल तर नका बोलू. पण दहा मिनिटं त्याच्या जवळ थांबा. दिवसभरात काय घडले या पाढा वाचू नका.

५. कधी नवरा अडचणीत येतो. अडचण वेगवेगळ्या स्वरूपाची असू शकते. कौटुंबिक, सामाजिक, कार्यालयीन! अशावेळी असे म्हणू नका—

''तुमच्याच गुणानं आणि कर्मानं हे संकट उभं राहिलं आहे. तुमचं तुम्ही निस्तरा. आम्हाला सांगू नका. आमचा संबंध नाही.''

असे म्हणा —

"ही अडचण सरेल, समस्या मिटेल. यापेक्षा मोठ्या वेळा तुम्ही पार पाडल्या आहेत. तुम्हास काय कठीण? तुम्हास सगळे जमेल."

एवढेच नवऱ्यास म्हणा. त्याक्षणी नवऱ्यास तेवढेच हवे असते आणि एवढे ऐकल्यानंतर मग त्याचा पराक्रम पाहा.

### ५. बॉस-स्टाफ –

गोष्टी सर्वसाधारण आहेत पण महत्त्वाच्या आहेत. पाळल्या तर फायद्यात पडणाऱ्या आहेत.

### स्टाफ टू ऑफिसर टू सिनिअर ऑफिसर –

१. बोलताना वाक्याच्या नंतर 'सर' असं म्हणणं आवश्यक आहे. वाक्याच्या आधी आणि मध्येही 'सर' म्हणायला हरकत नाही.

२. भेटल्यानंतर, समोर आल्यानंतर पहिल्यांदा हसणं आवश्यक आहे. (पाच मिनिटांपूर्वी तो तुम्हाला ओरडला असला तरी) मग विश करणं जरूरी आहे.

उदा. गुड मॉर्निंग, गुड आफ्टरनून....

३. त्यानं बोलावल्यानंतर जितक्या लवकर त्याच्याकडे जाता येईल तितक्या लवकर जा.

४. बॉस काम सांगताना नीट लक्ष देऊन ऐका. त्याचं बोलणं संपेपर्यंत मध्ये 'सर' या शब्दाव्यतिरिक्त दुसरे काहीही बोलू नका.

५. बॉसनं तुमची चूक दाखवली तर तत्काळ चुकलो असे म्हणा. सुधारणा करतो असं म्हणा. वाद घालू नका. "तुमचं कसं चुकत नाही" हे बॉसला पटवून देण्याचा पुन्हा पुन्हा प्रयत्न करू नका.

६. त्याच्या वैयक्तिक, कौटुंबिक गोष्टीत शक्यतो नाक-तोंड खुपसून काही काही विचारू नका. चौकशा करू नका.

७. त्याची क्षमता, त्याची कामाची पद्धत याचं कौतुक करण्याच्या फंदात पडू नका. त्याचं कौतुक करायचंच असेल तर त्याचं दिसणं, व्यक्तिमत्त्व, रुबाब याबद्दल बोला. त्याला व्यर्थ शहाणपणा शिकविण्याच्या फंदात पडू नका.

८. तो रागावला, ओरडला, कुचकट बोलला तर त्याला प्रत्युत्तर देऊ नका. गप्प बसून राहा. तो काय बोलला हे दुसऱ्या क्षणी विसरून जा.

९. लक्षात घ्या, मी तुम्हाला बॉसच्या पुढे पुढे करायला सांगत नाहीये. त्याचा

अन्याय निमूटपणे सहन करा असेही सांगत नाहीय. बॉस खूप विद्वान असतो आणि प्रत्येक वेळी त्याचे बरोबर असते असेही नाही. पण नोकरी करताना अशा काही अपरिहार्य तडजोडी कराव्या लागतात. आणि अशा तडजोडी केल्या की एकूणच सोपे जाते.

***बॉस टू स्टाफ –***

१. कमीत कमी बोलावे

२. कुणावरही ओरडू नये.

३. काम सांगताना सावकाश, नीट समजावून सांगावे.

४. प्रत्येक व्यक्तीची आकलनशक्ती, काम करण्याची क्षमता, शैली, वेग हे सगळं वेगळं असतं. प्रत्येकाचं 'एक्सपर्टाइज' वेगळं असतं. त्याप्रमाणे कामाचं वाटप विभागणी आणि वेळापत्रक करावं.

५. प्रत्येकाच्या घरामधले वातावरण ढोबळपणे का होईना पण लक्षात ठेवावे. त्या घरातील दैनंदिन समस्या लक्षात ठेवाव्या आणि अगदी सहज, जाता-जाता त्यावर हळुवारपणे फुंकर मारावी.

६. स्टाफच्या मुलांबद्दल नित्यनेमाने विशेष चौकशी करा. मुलांचे शिक्षण, खेळ, कला, धाडस इत्यादी बद्दलच्या प्रगतीचा रिपोर्ट घ्या. मुलांच्या तब्येतीबद्दल, आजारपणाबद्दल विशेष आस्थेनं चौकशी करा. अशावेळी स्टाफला विशेष सवलत द्या. मदत करा.

७. स्टाफच्या मुलांची जमतील तेवढी नावे लक्षात ठेवा.

८. त्यांच्या वाढदिवसाला अथवा त्यांनी काही विशेष कौतुकास्पद केल्यास तुम्हाला झेपेल, परवडेल असं काही 'गिफ्ट' त्यांना द्या.

९. एक स्टाफ दुसऱ्याबद्दल बोलतो तेव्हा फक्त ऐकून घ्या. त्याला थांबवूही नका. प्रोत्साहनही देऊ नका.

१०. जो सतत तुमच्या पुढे पुढे करतो, इतर स्टाफबद्दल वाईट बोलतो किंवा कुणी तुमच्याबद्दल वाईट बोलतो असं तुम्हाला सांगतो त्याच्यापासून सावध रहा.

११. कधी तरी आवर्जून सर्वांबरोबर नाश्ता, जेवण घ्या. त्यांनी आणलेले आवडीनं खा. त्याचं कौतुक करा. कधीतरी स्वत:चे घरून काही खाण्याचे करून

न्या. भरपूर न्या. सगळ्यांना आवडीने खाऊ घाला. आग्रह करा.

१२. लोकांमध्ये कुठल्याही बेसवर भेदाभेद, दूरचा-जवळचा असे करू नका.

१३. कारणपरत्वे स्वत:हून सगळ्यांना पार्टी द्या. त्या निमित्ताने सगळ्यांना एकत्र आणा. मोकळेपणाने बोलायला द्या.

१४. वर्षातून एकदा सगळ्यांचं पिकनिक अॅरेंज करा, सगळ्यांना स्वत:च्या घरातील लोकांना आणण्याचा आग्रह करा. एका दिवसापुरतं ऑफिसमधलं नातं विसरून जा. मैत्रीच्या नात्यानं एकत्र बोला, हसा, खेळा, गाणं म्हणा, नाचा.

***६. स्टाफ टू स्टाफ / शेजारी टू शेजारी –***

आपल्या जागेपणातील जास्तीत जास्त वेळ आपण आपल्या कामाच्या ठिकाणी सहकाऱ्यांबरोबर असतो आणि आपल्या शेजाऱ्यांबरोबर असतो म्हणूनच ऑफीसमधील अथवा व्यवसायामधील सहकारी आणि शेजारी यांच्याशी बोलताना अधिक काळजी घ्यावी, उदाहरणार्थ,

१. सहकाऱ्याच्या, शेजाऱ्याच्या न आवडणाऱ्या बहुतेक सगळ्या गोष्टी किरकोळ म्हणून सोडून द्या. दुर्लक्ष करा. तुमच्यासाठी त्या गोष्टी नाहीतच असं समजा. त्याचा त्रास करून घेऊ नका. त्याचा विचार करू नका.

२. राजकारण, भूत, साप, राजकीय पक्ष, पुढारी, नेता, समाजकारण, जात-पात, भ्रष्टाचार असल्या कुठल्याही विषयांवर बोलू नये. तावातावानं तर मुळीच बोलू नये. 'माझंच बरोबर, तुमचं चूक' अशा थाटातही बोलू नये.

३. इतर शेजाऱ्यांबद्दल 'चहाडी चुगली' असं काही बोलू नये. कुणी सांगत असेल तर ऐकू नये. मुळातच कुणाच्याही अनुपस्थितीत त्याची निंदा करू नये.

४. शेजारच्या, समोरच्या व्यक्तीच्या मुलांबद्दल कणभरही वाईट बोलू नये. काही टीका-टीप्पणीही करू नये. व्यंग-विद्रूपता दाखवू नये. नावे ठेवू नये.

५. ऑफीसमध्ये एखादी व्यक्ती कामचुकार असते. काम करत नाही. बॉसच्या कानाला लागते. तुमच्याबद्दल किंवा इतर सहकाऱ्याबद्दल बॉसचे मत खराब करण्याचा प्रयत्न करते. अशा गोष्टीकडे प्रथमदर्शनी दुर्लक्ष करा. अशा व्यक्तीला चार चौघात धारेवर धरू नका. कोणीही तुम्हास पाठिंबा देणार नाही. तुम्ही एकटे पडाल. ती व्यक्ती समजा ऑफीसच्या वेळेचा गैरफायदा घेते. ऑफीसचे नाव वापरून काही सोयी सुविधा लाटते तरी तिला चार चौघात या गोष्टीचा जाब विचारू नका. कारण तुम्हास कुणी पाठिंबा देणार नाही. तुम्ही एकटे पडाल.

अशा व्यक्तीला एकटे गाठा. त्याच्या या कृत्यांची तुम्हाला माहिती असल्याची गंभीर जाणीव त्याला द्या. आणि या गोष्टीचा परिणाम किती महाभयंकर होऊ शकतो याचे चित्र त्याच्यापुढे उभे करा. हे सगळे एकांतात करा. त्याला चांगला दम द्या. तो त्याचे वर्तनात नक्की बदल करेल.

## ७. आई-वडील-मुले –

### आई वडील टू मुले –

तुम्ही म्हणाल, यात सांगण्यासारखे काय आहे? आई-वडील मुलांशी बोलतच असतात. आपण मुलांच्या काळजीने आणि भल्याचे नेहमीच बोलत असतो. तेच बोलत असताना खालील काळजी घ्यावी.

१. मुलांशी नेहमीच सकारात्मक बोला. नकारात्मक बोलू नका.

२. आपल्याला हव्या त्या गोष्टी फक्त कष्ट, प्रयत्न, श्रम या माध्यमातूनच मिळतात असे वेगवेगळ्या मार्गाने सतत सांगत राहा. सिद्ध करत राहा.

३. मुलांवर ओरडून बोलू नका. त्यांच्या अंगावर धावून जाऊन बोलू नका.

४. त्यांना सतत उपदेश करू नका. तत्त्वज्ञानाचे पाठ देऊ नका.

५. इतर कुणा मुलांबरोबर त्यांची तुलना करून त्यांना कमी ते लेखू नका.

६. त्यांच्यातली गुणवत्ता आणि कला कौशल्य आधी तुम्ही ओळखा. मग त्यांच्या लक्षात आणून द्या. त्या गुणांच्या मार्गाने पुढे जाण्यास त्यांना प्रोत्साहित करा.

७. तुमच्या इच्छा, अपेक्षा, महत्त्वाकांक्षा मुलांच्या द्वारे पूर्ण करण्याचा प्रयत्न करू नका. तुमचे कर्ज त्याने फेडावे असा मानसिक भार त्याच्यावर टाकू नका.

८. त्यांना 'ओव्हर प्रोटेक्ट' करू नका. खालील सूचना सतत देऊ नका. इकडे जाऊ नको, तिकडे जाऊ नको. इकडे बघू नको, तिकडे बघू नको. त्याच्याशी मैत्री करू नको. इकडून चढू नको, तिकडून उतरू नको : वगैरे!

९. रोज अर्धा तास मुलांशी बोला. ठरवून न चुकता बोला. दिवसभरात काय घडले हे प्रेमानं विचारा, काढून घ्या. त्यांच्या मनाच्या तळाशी काही काळजी-तणाव असेल तर तो बाहेर काढा. जाणून घ्या.

१०. घरात पाहुणे / इतर व्यक्ती असताना मुलांवर ओरडू नका. त्यांना अपमानित करू नका.

११. तुम्ही सतत त्यांच्या सोबत आहात याची त्यांना सतत जाणीव द्या.

### मुले टू आई-वडील –

मुलांनी आई-वडिलांशी कसं बोलावं हे तोपर्यंत महत्त्वाचं नाही जोपर्यंत त्यांना काही कळत नाही. पण एकदा त्यांची दहावी झाली, वयाला पंधरा वर्षे पूर्ण झाली की त्याने आई-वडिलांशी बोलताना खालील गोष्टी पाळणे महत्त्वाचे आहे.

### तुमचं लग्न होईपर्यंत –

१. आई वडिलांशी भरपूर बोला. त्यांना मनातलं सगळं सांगा. दिवसभरात काय घडलं ते सांगा.

२. आई-वडिलांना उलटून बोलू नका. त्यांचं म्हणणं शांतपणे ऐकून घ्या. त्यांचं म्हणणं पटत नसेल तरी ते असं का बोलताहेत हे समजावून घेण्याचा प्रयत्न करा. त्यांच्या बोलण्यामागची तळमळ जाणून घ्या आणि त्याच्याशी अनुरूप असं वर्तन करा-प्रतिसाद द्या.

३. दिवसभरात तुम्ही कुठे जाता, कुठे असता, कुणाला भेटता, कुणाशी बोलता, कुणाबरोबर फिरता हे आईवडिलांना अवश्य सांगा. लपवाछपवी करू नका. खोटे बोलू नका.

४. दिवसभरात कितीही दमलात तरी घरी गेल्यावर सामानाची फेकाफेक करू नका. आरडाओरडा करू नका. चिड-चिड करू नका.

५. तुमच्या मित्र-मैत्रिणींचे फोन नंबर्स आई-वडिलांना द्या. कारणपरत्वे तुमच्या आई-वडिलांनी तुमच्या मित्र-मैत्रिणींना फोन केला तर चिडू नका.

६. आई-वडिलांचे कष्ट, त्यांची मिळकत, आर्थिक परिस्थिती यानुसारच खर्चाचे प्रमाण ठेवा. हट्ट आणि मागणीचे प्रमाण ठेवा.

७. तुमच्या वागण्या-बोलण्यात किंवा कुणाशी मैत्री करण्यामध्ये आई-वडिलांना काही आक्षेपार्ह वाटले तर मुद्दाम तेच करू नका. याबाबत आईवडिलांशी मोकळेपणाने चर्चा करा. त्यांची मते जाणून घ्या. तुमचे मत त्यांना सांगा.

८. सर्वात महत्त्वाचे!

आई-वडिलांच्या विरोधात जाऊन, हट्टाने तुमच्या मनासारखेच शक्यतो काही करू नका. एखादी गोष्ट करण्याचे तुमच्या मनात असेल तर त्यासाठी आई-वडिलांना प्रेमाने राजी करून घ्या. तुमचे धोरण, विचार त्यांना पटवून सांगण्याचा प्रयत्न करा.

समजा, तुम्हाला कुणाशी लग्न करावयाचे आहे. अशा लग्नामुळे तुमचे कल्याण होणार आहे असे आई वडिलांना वाटत असेल तर केवळ स्वत:च्या हट्टासाठी ते तुम्हाला नाही म्हणणार नाहीत.

पण आई-वडील नाही म्हणतात, कुठल्याही परिस्थितीमध्ये नाहीच म्हणतात. तेव्हा ती बाब नक्कीच गंभीर म्हणून 'ट्रीट' करा. त्यावर विचार करा.

***तुमचे लग्न झाल्यानंतर –***

***मुलगा-बायको टू आईवडील –***

लक्षात ठेवा, आता तुमचे आई-वडील साठीकडे झुकले आहेत. त्यांच्या शारीरिक आणि मानसिक क्रिया आणि प्रतिक्रिया यांचा वेग आता मंद झाला आहे. तुमच्या आई-वडिलांशी बोलताना तुम्हास आता विशेष काळजी घ्यायची आहे.

उदाहरणार्थ —

१. तुम्ही तुमच्या आई-वडिलांशी खूप बोला. लहानपणापासून तुमचे बोबडे बोल, तुमची बडबड ऐकण्याची त्यांना सवय आहे. आता तुमची बायको आलेली आहे. तिच्याशी बोलणे तर तुम्हाला गरजेचे आहेच. पण त्याचवेळी इतकी वर्षे ज्यांच्याशी बोललो त्या आई-वडिलांकडे दुर्लक्ष नको.

आता तुम्ही मोठे, कर्ते झाला आहात. तुमचे बरेचसे निर्णय तुम्ही आता स्वतंत्रपणे घेऊ शकता. उठसूट आई-वडिलांना सल्ला विचारावा लागत नाही. पण या प्रकारामुळे तुमचे आई-वडिलांशी बोलणे कमी होता कामा नये.

तुमचे आई-वडिलांशी बोलणे कमी झाले तर त्याचा खूप मानसिक त्रास तुमच्या आई-वडिलांना होतो. त्यांना वाटतं, आता आमची गरज संपली. आमचे महत्त्व संपले. आता आम्हाला कोण विचारतो? आता आमच्याशी कोण बोलतो? आता आम्ही कुणाचे कोण? आई-वडिलांच्या मनात असा समज मूळ धरण्याआधीच तो दूर करावा. त्यांच्यासाठी वेळ काढून त्यांच्याशी भरपूर बोलावे.

२. निर्णय तुम्ही घ्या. तुम्हाला हवा तो घ्या, पण आई-वडिलांना फक्त विचारा. त्यांना त्या विचारण्याचेच अप्रूप वाटते. तुम्ही त्यांचे ऐकले नाही याचे त्यांना कमी दु:ख होते. पण तुम्ही त्यांना विचारले याचा आनंद जास्त होतो. एखाद्या धोरणात्मक प्रक्रियेमध्ये त्यांना विचारले जाते, प्रक्रियेमध्ये समाविष्ट केले जाते, महत्त्वाचे स्थान दिले जाते, या गोष्टींमुळेच त्यांचे जगणे सुखाचे होऊन जाते.

३. "तुम्ही गप्प बसा हो! तुम्हाला काही कळतं का?" असं वाक्य आई-

वडिलांना कधीही बोलू नका. एक गोष्ट लक्षात ठेवा. तुम्ही जिथे आहात, तिथपर्यंत तुम्हाला आई-वडिलांनीच आणले आहे.

४. स्वत:च्या बायकोदेखत आई-वडिलांना फाडकन बोलू नका. कदाचित बायको सांगते ते बरोबर असेल. आई-वडील सांगतात ते चुकत असेल, तरीही आई-वडिलांवर ओरडू नका. या वयात त्यांची शारीरिक आणि मानसिक क्षमता कमी झालेली असते. त्यांची आत्मविश्वासाची पातळी उतरलेली असते. ते घाबरू शकतात. त्यांना स्वत:च्या जगण्याचा तिटकारा येऊ शकतो.

५. आई-वडिलांचा उमेदीचा काळ, त्यांनी केलेले कष्ट, त्या कष्टाने मिळविलेले यश, तुमचं केलेलं संगोपन, शिक्षण, काढलेले आजारपण याचा वारंवार उल्लेख करा. त्याचा अभिमान दाखवा.

६. आई-वडिलांची तुम्हाला अडचण होते आहे असे वर्तन करू नका. ज्यावेळी तुम्ही कुणाकडे जाता, अथवा कुणी तुमच्याकडे येतं अशा वेळी आई-वडील ही अडगळीत फेकण्याची वस्तू आहे असे समजू नका. असे वर्तन अथवा बोलणे नको.

७. त्यांचे आजारपण, औषधे, जेवण, नाश्ता यांची विशेष आस्थेवाईकपणे चौकशी करा. औषधे आणून द्या. त्यांना औषधे वेळच्या वेळी घेण्यासाठी आग्रह करा. हातात काढून द्या. घ्यायला लावा.

८. ''तुम्ही मरत कसे नाही? कधी मरणार? तुम्हाला कंटाळलो.'' असे दळभद्री आणि दुर्दैवी उद्‌गार तोंडातून कधीही काढू नका.

***सासू-सासरे टू सून- टू सासू-सासरे –***

जशी तुमची मुलगी! ती दुसऱ्या घरी गेली. तशीच कुणा दुसऱ्या घरची पोर तुमच्या घरी आली. तुमच्या मुलीशी तुम्ही कसे वागता? कसे बोलता? तसेच सुनेशी बोला. ती भले कसंही बोलू देत, तुम्ही मात्र तुमच्या स्वत:च्या मुलीशी बोलता तसे बोला.

यामध्ये फरक पडतो तो 'फॉर्मल' आणि 'इनफॉर्मल' बोलण्याचा, मुलीशी आपण इनफॉर्मल बोलतो. सुनेशी तितके बोलू शकणार नाही. थोडी फॉरमॅलिटी पाळावीच लागेल. तेवढे आपल्याला कळतेच.

सुनेनंही हेच लक्षात ठेवावे की आपले जसे आई-वडील तसेच आपल्या नवऱ्याचे ते आई-वडील आहेत. आपण आपल्या आई-वडिलांशी जसे बोलतो तसेच

सासू-सासऱ्यांशी बोलावे. अर्थात, ठरावीक फॉर्म्यालिटीज पाळून!

***पेशंटशी कसे बोलाल –***

कुणी आजारी पडतं. हॉस्पिटलमध्ये ॲडमिट होतं. त्याच्याशी असणारी जवळीक दाखविण्यासाठी लोक त्या पेशंटला भेटण्यास हॉस्पिटलमध्ये जातात. त्यावेळी बोलताना खालील काळजी घ्या.

१. भेटायला जाताना ग्रुप, घोळका असे जाऊ नका. एक किंवा दोन व्यक्तींनीच एका वेळी जावे.

२. स्वच्छ आंघोळ करून, स्वच्छ कपडे घालून जावे.

३. पेशंटपासून थोडे दूर बसावे. त्याच्या बिछान्यावर बसून त्याला उगाच इथे तिथे स्पर्श करू नये.

४. काय झाले, कसे झाले याची कथा पेशंटला विचारू नये. इतर कुणाकडून आधीच, बाहेरच जाणून घ्यावी.

५. असा आजार तुमच्या माहितीत कुणाकुणाला झाला होता त्याच्या कथा सांगू नये.

६. याच आजाराने किती लोक कसे मेले त्याच्या कथा सांगू नयेत.

७. पेशंटच्या रिपोर्टसचे औषधाच्या यादीचे कागद स्वत: पाहून त्यावर स्वत:चे मत देऊ नये.

८. डॉक्टरपेक्षा तुम्हास जास्त कळते असे दाखवण्याचा प्रयत्न करू नये.

९. 'हे हॉस्पिटल फालतू आहे. इथे पेशंट मरतात. तुम्ही दुसऱ्या हॉस्पिटलमध्ये ॲडमिट व्हायला पाहिजे होते.' असे म्हणू नये.

१०. पेशंटला दुसऱ्या कुठल्या गावठी, देशी औषधाबद्दल काही सांगू नये. कुठलेही सल्ले देऊ नयेत.

११. 'डॉक्टरांना काय कळते? त्यांचे फार ऐकायचे नसते,' असे सांगू नका.

१२. फार वेळ पेशंटपाशी थांबू नका. अगदी थोड्या वेळात तिथून परत निघा.

१३. तिथे फार मोठ्या आवाजात बोलू नका.

१४. तिथे हजर असलेल्या इतर कुणाशी फार पाल्हाळिक आणि फार मोठ्या आवाजात बोलू नका.

१५. तिथे स्वत: रडून उगाच गोंधळ घालू नका.

कुणाशी काय आणि कसे बोलावे, काय बोलू नये याचे थोडे विवेचन आपण केले. बरेचसे खोल आणि सविस्तर आणखीही लिहिता येईल पण मला वाटते, वरील विवेचन प्रातिनिधिक स्वरूपात स्वीकारले तरी आपल्या बोलण्यात एकूणच फरक पडेल.

***१. मूड आणि आवडते-नावडते विषय –***

बऱ्याचदा असं बोललं जातं की माणसाचा मूड पाहून ठरवावं की बोलावं की नाही बोलावं? काय आणि किती बोलावं!

हे अगदी खरंच आहे. पण माणसाचा मूड चांगला नसतानाही बोलण्याची वेळ आली तर कसे बोलायचे हे महत्त्वाचे आहे. आपण आता ते पाहू या.

***माणसाचा मूड नसतो म्हणजे काय –***

१. तो कुणावर अथवा स्वत:वर अतिशय चिडलेला, संतापलेला असतो. कधी परिस्थितीवर, कधी नशीबावर संतापलेला असतो. त्याचा रक्तदाब वाढलेला असतो. रक्तातली शुगर वाढलेली असते. पित्ताची पातळी वाढलेली असते. त्यामुळे त्याच्या मेंदूकडे होणारा रक्तपुरवठा काहीसा अनियमित होतो. त्याच्या मेंदूतील केमिकल्सचे प्रमाण क्षणाकरता हलते आणि त्यामुळे त्याक्षणी त्याचा मेंदू नॉर्मल क्रिया-प्रतिक्रिया देत नाही, वेगळ्या देतो.

साध्या भाषेत, त्याचा विवेक किंवा सारासार, विचारशक्ती यांचे अस्तित्व त्यावेळी कमी असते. अशा वेळी त्यास काही सांगितले अथवा विचारले, मागितले अथवा देऊ केले तरी त्याची प्रतिक्रिया नॉर्मल नसते.

२. माणूस अत्यंत दु:खात, नाराजीत, निराशेमध्ये असतो. यामागचे कारण काहीही असू शकते. त्याचे वैयक्तिक अपयश, नुकसान, त्याच्याबरोबर झालेला धोका, फसवणूक, अपेक्षाभंग, प्रेमभंग! जवळच्या नातेवाईकांमध्ये किंवा मित्रपरिवारामध्ये झालेला एखादा अपघात किंवा मृत्यू असे काहीही कारण असते.

माणूस अती दु:खात किंवा अती निराशेत असला की त्याच्या मनामध्ये नकारात्मकता काम करू लागते. या नकारात्मकतेमुळे मनात शंका-कुशंका येतात. मन घाबरट, भित्रे बनते. 'वाईटच घडेल' असे विचार मनात येतात. व्यक्तीच्या मनाची स्थिती जर अशी असेल आणि त्यास काही विचारले/सांगितले, मागितले/देऊ केले तरी त्याची प्रतिक्रिया नॉर्मल नसते.

३. मनुष्य संतापलेला नाही आणि अती दु:खातही नाही पण अती आनंदात

आहे. मग? माणूस अती उत्साहात येतो. अती लाडात येतो. अती सकारात्मक होतो. ओव्हर कॉन्फिडन्ट होतो. अती दयाळू किंवा अतीच मोठ्या मनाचा होतो. तुम्हास बरंच काही देण्याची घोषणा करून बसतो, जे त्याच्या हातात नाही, आवाक्यात नाही अशाही गोष्टी तुम्हास देण्याचं वचन देतो. तुमचं सगळं ऐकतो. मान्य करतो. तुम्हास काहीही सांगतो.

नंतर या उत्तेजित अवस्थेतून तो बाहेर येतो. मग जेंव्हा तो मनाच्या नॉर्मल अवस्थेत येतो तेव्हा उत्तेजित अवस्थेत बोललेल्या सगळ्या गोष्टी नाकारू शकतो. कारण बोललेल्या गोष्टी तो करू शकत नाही याचे भान त्यास नंतर येते. थोडक्यात, मनाच्या अशा उत्तेजित अवस्थेत (उदा. दारू प्यायलेली अवस्था) माणसास काही विचारले/सांगितले, मागितले/देऊ केले तरी त्याची प्रतिक्रिया नॉर्मल येऊ शकत नाही.

***आवडते नावडते विषय –***

१. तुमचा बालमित्र! शाळेतला, गल्लीतला मित्र ! जुजबी ओळखीचा मित्र! पण आता खूप मोठा झालाय. एखादा मंत्री झालाय. किंवा एखाद्या कारखान्याचा मालक झालाय. समजा, तुमचे त्याच्याकडे काही काम आहे. तो भेटला तरी जेमतेम पाचच मिनिटे तुम्हास त्याच्याबरोबर बोलता येईल आणि ते सुद्धा त्याच्याबरोबर एकांतात बोलता येणार नाही. तिथे अनेक लोक असणार.

अशा वेळी असे करा.

अ) आधीच त्याला एक सविस्तर पत्र लिहा. अथवा ई-मेल पाठवा. त्यात तुमच्या जुन्या ओळखीचा उल्लेख करा.

ब) काही जुन्या आठवणींना उजाळा द्या.

क) त्यानं केलेल्या प्रगतीचं कौतुक करा. त्या प्रगतीचा तुम्हाला अभिमान वाटतो हे जरूर सांगा.

ड) त्याला आवडणाऱ्या गोष्टी, आवडणाऱ्या व्यक्ती, आवडणारे विषय यांचा जरूर उल्लेख करा.

इ) एरव्हीसुद्धा तुम्हाला तुमच्या मित्रास भेटण्याची इच्छा असते. कुठल्याही कामाशिवाय! पण त्याच्या मोठेपणाचे दडपण येते. त्याच्या 'बिझी' वेळापत्रकाचे दडपण येते, म्हणून भेटलो नाही असे सांगा.

फ) इतके सगळे सविस्तर तो पत्रात अथवा ई-मेलवर वाचू शकतो. त्याच्या फावल्या वेळात, प्रवासात कधीही वाचू शकतो. त्याची मन:स्थिती तयार होते.

जेव्हा त्याची प्रत्यक्ष भेट होईल त्यावेळी फक्त कामाचेच बोला. कमीत कमी वेळेत बोला. त्यावेळी लाजू नका. भलतंच, इकडचं तिकडचं बोलू नका. बघा! आपले काम जरूर होईल.

**२.** लोक माझ्याकडेही कधी काही कामानिमित्त येतात. विशिष्ट हेतूनं येतात. त्यावेळी ते कसे वागतात, बोलतात ते मी खाली देत आहे. उदाहरण म्हणून ते खूप चांगले आहे.

१. मला भेटल्यानंतर प्रथम हसतात. नंतर खालील नावाने माझा उल्लेख करतात.

अ) नटवर्य

ब) नटसम्राट

क) लेखकमहाशय

ड) नाटककार

इ) काऊन्सेलरसाहेब

त्यांना जे सुचेल ते बोलतात. पण माझा असा भला मोठ्ठा उल्लेख करून माझा हात हातात घेऊन मला खालील प्रश्न विचारतात.

अ) काय, सध्या कुठलं पुस्तक लिहीणं चालू आहे?

ब) तुमची नाटकातली मंडळी भेटतात काही अजून? काय तो जमाना होता! राजा गोसावी, शरद तळवळकर, रमेश देव, सीमा यांच्या बरोबरीनं वावरलात तुम्ही स्टेजवर

क) नोकरी करून इतकं सगळं करता म्हणजे खरंच ग्रेट आहात तुम्ही. दगदग नाही का हो होत?

ड) सध्या कुठल्या जिल्ह्यात व्याख्यानं चालू आहेत?

ई) एक गृहस्थ भेटले होते. सल्ल्यासाठी तुमच्याकडे येऊन गेले असावेत. पण सगळ्यांना सांगताहेत, तुम्हाला कुठल्याही विषयावर सल्ला हवा असेल तर ‘काकडे’ सरांकडे जा. त्यांच्याकडे ‘जादूची कांडी’ आहे. ते ‘मुन्नाभाई एम बी बी एस’ आहेत.

फ) मुलांचे काय चाललंय? तुमची दोन्ही मुलं हुशार बरं का! शिवाय नम्र किती! आम्ही आमच्या मुलांना नेहमी तुमच्या मुलांचे उदाहरण देतो.

आता मला सांगा, माझ्याशी इतकं आणि असं बोलल्यावर मला का नाही बरं वाटणार? समोरच्या व्यक्तीच्या बोलण्यातील खरा भाग किती आणि खोटा भाग

किती, हा विचार सुद्धा पटकन माझ्या मनात येत नाही. मला पटकन बरंच वाटतं. मी मनोमन सुखवतो. माझ्या मनावर असेलच काही ताण, निराशा तर त्याची पातळी जादू केल्यासारखी खाली जाते. माझ्या चेहऱ्यावर एक कायमस्वरूपी हास्य पसरतं. त्या हसऱ्या चेहऱ्यानंच मी समोरच्या व्यक्तीचं पुढचं सगळं बोलणं ऐकतो आणि बहुधा तन, मन, धन या क्षुल्लक गोष्टींचा फारसा विचार न करता त्यांचं काम करण्यासाठी मी पुढे सरसावतो.

***एखाद्याच्या पाठी बोलणे –***

धोरणाच्या मूलभूत दोषांपैकी हा एक आहे. शक्यतो कुणाच्या मागे बोलू नये. बोलायची वेळच आली किंवा सक्ती झाली तर चांगले बोलावे. वाईट कधीही बोलू नये.

१. स्वत:च्या पाठीमागे कुणी वाईट बोलले तर माणसास अतीव दु:ख होते.

२. आपल्या पाठीमागे आपल्याबद्दल कुणी चांगलं बोललं तर आपल्याला नक्कीच आनंद होतो.

३. ज्याच्या मागे चांगले अथवा वाईट असे काहीच बोलले जात नाही, त्याचे ठीक चालले आहे असे त्याने त्याच्यापुरते ठरवावे. पण मग त्याने आयुष्याकडून फार काही अपेक्षा करू नयेत, जे चाललेय त्यात फार काही बदल होईल असं समजू नये.

४. तुम्ही स्वत: सतत कुणाच्या ना कुणाच्या बद्दल मागे बोलत राहिलात तर ज्याच्याबद्दल बोलता त्याची प्रतिमा इतकी खराब होणार नाही जितकी तुमची खराब होईल; कारण फक्त असेच लोक नेहमी दुसऱ्याच्या पाठीमागे बोलतात.

अ) ज्यांच्यामध्ये कुठल्याही प्रकारची निर्माणक्षमता नाही अथवा कमी आहे.

ब) कार्यक्षमता नाही अथवा कमी आहे.

क) ज्यांना स्वत:स सिद्ध करता येत नाही. शहाणे, विद्वान, कर्तृत्ववान असे मांडता येत नाही. सकारात्मक मार्गाने चमकता येत नाही.

ड) स्वत:स शहाणे सिद्ध करण्यासाठी नकारात्मक आणि नपुंसक मार्ग ज्यांना आवडतो.

ई) ज्या व्यक्तीबद्दल आपण मागे बोलतो त्याच्या मनातून तर आपण उतरतोच. पण ज्यांच्याकडे आपण बोलतो तेही आपल्याकडे जरा खालच्याच नजरेने पाहातात. "हा उद्या आपल्याबद्दलही असाच बोलू शकेल" असा विचार करतात आणि आपल्याला हळूहळू दूर करतात.

२. एखाद्या माणसाबद्दल त्याच्यामागे चांगलेच बोलायचे अशी जिद्द मनात

ठेवाल तर एखाद्या माणसामध्ये चांगले गुण शोधण्याची तुमची वृत्ती आणि कौशल्य वाढेल आणि तुमचे हे गुण ऐकणाऱ्यालाही जाणवतील.

तुमची सकारात्मकता वाढेल. वाढलेल्या सकारात्मकतेमुळे तुमच्या मनातून एखाद्याबद्दलचे वाईट विचार दूर जातील. तुमच्या मनातील नकारात्मकता कमी होईल. एखाद्याबद्दल मनात तिरस्कार, तणाव असेल तर दूर होईल.

### मनाचे सामर्थ्य वाढेल.

ज्यांच्याबद्दल तुम्ही चांगले बोलता,

अ) असे लोक वाईट विचार करत असतील तर तो हळूहळू निवळू लागेल.

ब) चांगला विचार अजिबातच करत नसतील तर हळूहळू करायला लागतील.

क) तुमच्याबद्दल आधीच चांगला विचार करत असतील तर आणखी करायला लागतील.

ज्या लोकांमध्ये तुम्ही राहाता, त्यांच्यामध्ये तुमच्याबद्दल काही विरोधी वातावरण असेल तर ते कमी होईल. काही विरोधी शक्ती कार्यरत असेल तर तिची धार बोथट होईल. विरोध मावळेल. गोष्टी तुम्हास सोप्या वाटत जातील. एकूण जगणेच पूर्वीपेक्षा सोपं वाटायला लागेल.

आपण धोरणातील मूलभूत किंवा प्राथमिक स्वरूपाचे दोष पाहिले. विस्ताराने पाहिले. कोणाशी, किती, कसे, केव्हा बोलायचे हे पाहिले. हे पुन्हा पुन्हा वाचून आपले एक निर्दोष आणि तर्कसुसंगत धोरण तयार होते. त्या धोरणाला अनुसरून आपण बोलण्याचा प्रयत्न करू लागतो.

प्रत्यक्ष बोलताना हे जसे ठरवले तसेच्या तसे कधीच जमत नाही. कारण संभाषण हे फक्त आपल्या एकट्याचेच नसते. समोरच्या व्यक्तीच्या प्रतिसादावर ते अवलंबून असते. आपली सहनशक्ती, संयम, सकारात्मकता, सुसंस्कृतपणा याचा कधी कधी अंत पाहिला जातो. आपला तोल जातो. कितीही ठरवले की कुणाशी किती, कसे, केव्हा, काय बोलायचे, तरी प्रत्यक्षात भलतेच बोलले जाते.

असं आपण भलतंच बोलतो त्या वेळा पटकन विसरायचे. त्यातून पटकन सावरायचे. काय चुकले ते दुरुस्त करायचे आणि पुन्हा आपल्या धोरणानुसार बोलण्याचा प्रयत्न चालूच ठेवायचा.

□□

# – ७ –
# धोरणातील दोष – भाग २

आपण मागील प्रकरणात कुणाशी, कुठे, कसे, किती बोलावे ते पाहिले. ते फारच महत्त्वाचे आहे. बोलण्यातील धोरणाचा बराचसा भाग यामध्ये परावर्तित होतो. तरीसुद्धा आणखीही काही गोष्टी धोरण म्हणून उरतात. सर्वसाधारण परिस्थितीमध्येही या गोष्टींचा विचार करावा लागतो आणि काही विशिष्ट परिस्थितीमध्येही यातील काही गोष्टींचा धोका म्हणून विचार करावा लागतो. आपण काही गोष्टी पाहू या!

### १. स्वत:बद्दल –

माणसं स्वत:बद्दल खूप बोलतात हे अत्यंत चुकीचे आहे. स्वत:बद्दल कमीत कमी बोलावे. खालील गोष्टी पुन्हा पुन्हा बोलू नये.

१. मी असे केले, तसे केले.

२. असे कष्ट उपसले.

३. उपाशी राहिलो.

४. दुकानाच्या फळीवर झोपलो.

५. कुणाचे कपडे धुतले.

६. रस्त्यावरच्या दिव्याखाली अभ्यास केला.

वरील सर्व गोष्टी अगदी खऱ्या असल्या तरी पुन्हा-पुन्हा का बोलायच्या? आपल्या देशात आजही खूप बालमजूर काम करताना आढळतात. विरोधी कायदा असतानाही खूप प्रतिकूल परिस्थितीत मुलं वाढताहेत. लहानाची मोठी होताहेत. शिकताहेत. कष्ट करून दोन वेळची रोटी खाताहेत. या प्रत्येकाची पुढे एक कथा होणार आहे. कादंबरी होणार आहे; तुमचे ते वेगळे विशेष काय?

तुम्हीसुद्धा प्रतिकूल परिस्थितीमध्ये राहून प्रगती केली. मोठे झालात. तुमचे कौतुकच आहे. पण तुम्ही स्वत:च त्याची उठसूट प्रशंसा करत राहिलात तर त्याची

किंमत उरणार किती? आत्मस्तुती वाईटच. आपली स्तुती दुसऱ्यानं करायला हवी. आपल्याला चांगले दुसऱ्याने म्हणायला हवे. पण त्यासाठी दुसऱ्यावर दबाव टाकू नये. जोर, जबरदस्ती, मिंधेपणा लादू नये. अशी कृती करावी की दुसरा आपोआप तुमची स्तुती करू लागेल. अशी स्तुती शांतपणे ऐकावी. तिचा मनमुराद आनंद लुटावा. त्यातून काही ऊर्जा मिळवावी. ती पुन्हा वापरावी. अधिक चांगले काम करावे. आणि पुन्हा तुमच्यावर स्तुतीचा वर्षाव होईल असे वातावरण निर्माण करावे.

पण आत्मस्तुती नको. स्वत:च स्वत:ची स्तुती नको. त्याने आत्मप्रौढी वाढते. अहंकार वाढतो आणि वाढलेला अहंकार तुम्हास अनेक प्रकारे खड्ड्यात घालतो. नुकसानीत नेतो. खालीलप्रकारे त्रासदायक ठरतो.

अ) माणसांपासून तोडतो.

ब) फाजील आत्मविश्वासामुळे संकटात टाकतो.

क) जबाबदारीच्या अहंकाराने ताण-तणावात दु:खात टाकतो.

ड) व्यक्तिमत्त्व, स्टेटस या अहंकारापोटी एकटा पाडतो.

क) अहंकाराने नाती तुटतात.

त) ओलावा नष्ट होतो.

थ) जीवन रूक्ष बनते.

असा अहंकार नको. म्हणून आत्मस्तुती नको.

***२. वादविवाद, भांडण –***

आपण पाहातो, बऱ्याचदा बोलण्याचे रूपांतर वादात, भांडणात होते. कधी खूप मोठा वाद, वितंडवादही हातो. त्याच्या पुढची पायरी कडाक्याचे भांडण, मारामारीही होते. हे सगळे आपण फक्त दुसऱ्याच्याच बाबतीत पाहातो असे नाही तर स्वत:च्याही बाबतीत असे घडते. आपण स्वत: बोलता बोलता वादात, भांडणात ओढले जातो.

हे सगळे टाळता येते. आपण जेव्हा ओळखीच्या, माहितीच्या लोकांशी बोलतो तेव्हा तर खूपच सोपे आहे. हे लोक कुठल्या विषयाने रागास जातात, कुठल्या टीकेने भडकतात, कुठल्या आरोपाने संतापतात याचा आपल्याला आधीच अंदाज असतो. या लोकांमध्ये खालील लोक येतात.

अ) मुले-आई-वडील

ब) नवरा-बायको

क) शेजारी

ड) ऑफीसमधले सहकारी

ई) नातेवाईक, स्नेही

या लोकांशी बोलताना आपण काही विषय टाळू शकतो. अगदी अपरिहार्य नसेल तर! दुसऱ्यास हमखास दुखवणारी बोलण्याची पद्धत टाळू शकतो. दुसऱ्याच्या मस्तकात तिडीक नेणारी टीका अथवा आरोप टाळू शकतो.

जेव्हा आपण अनोळखी व्यक्तीच्या संपर्कात येतो तेव्हा तर वाद अथवा भांडण टाळणे आणखी सोपे आहे. अनोळखी लोकांबरोबर संपर्क खालील कारणांमुळे येऊ शकतो.

१. प्रवास

२. लग्न अथवा तत्सम समारंभ

३. व्यवसाय

४. खरेदी

५. रस्त्यावरचे ट्रॅफिक- शिव्या देणारे लोक

६. शॉपींग मॉल.

७. हॉटेल

८. सिनेमा-नाटक हॉल

अशा वेळी खालील पथ्य पाळा

१. अती बोलू नका. पाल्हाळिक बोलू नका. कमीत कमी बोला.

२. जे बोलाल ते फक्त विषयापुरतं बोला. त्याच्या इकडचे तिकडचे बोलू नका.

३. वैयक्तिक टीका टिप्पणी करू नका. चेष्टामस्करी करू नका. लाडात येऊ नका. लागटपणा करू नका.

४. तुमचे व्यक्तिमत्त्व आणि तुमचे बोलणे समोरच्या व्यक्तीस आवडलेच आहे/ आवडतेच आहे अशा फाजील भ्रमात उगाच व्यर्थ आणि वायफळ बोलू नका.

५. कणभर जरी चुकले तरी 'सॉरी' म्हणा. समोरच्या व्यक्तीचे चुकले आणि त्यामुळे तुमच्या डोक्यात अगदीच धोंडा पडणार नसेल तर त्याकडे दुर्लक्ष करा. तुमचे काही प्रचंड नुकसान होणार नसेल तर सोडून द्या. पुढे चला.

६. भरधाव वाहने, त्यांचे चालक, त्यांनी मोडलेले वाहतुकीचे नियम, तुमची काही चूक नसताना तुम्हाला शिव्या देऊन पटकन भरधाव पळून जाणे. या सगळ्या त्याच क्षणी सोडून देण्याच्या गोष्टी आहेत.

७. सार्वजनिक ठिकाणी तुमचा अहंकार, तुमची प्रतिष्ठा, पोझिशन, श्रीमंती,

शिक्षण वगैरे बाजूला ठेवून सर्वसामान्य माणसासारखे वागा.

८. जागेची अदलाबदल, रांगेतला नंबर वगैरे गोष्टी तत्काळ दुसऱ्यास देण्याची तयारी ठेवा. स्वत:ची थोडीशी गैरसोय सोसण्याची तयारी ठेवा.

९. जे सांगायचे असेल ते थोडक्या शब्दात सांगा. गंभीर स्वरूपात, शांतपणे सांगा. परिणामांची गंभीरपणे आणि चांगल्या शब्दात कल्पना द्या.

१०. यानंतर बोलण्यापेक्षा प्रत्यक्ष कृती करून मोकळे व्हा.

वरील गोष्टी साध्या आणि सोप्या दिसत असल्या तरी वाद-विवाद आणि भांडणं यांची हीच प्रमुख कारणे आहेत. आणि ती टाळणे गरजेचे आहे.

परमेश्वर खूप दयाळू आहे. अनेक सूचना तो तुम्हास आधीच देतो. शरीरास होणारे आजार-अपाय यांची एक सूचना शरीर तुम्हास आधीच देते. तुम्ही त्याचवेळी सावध व्हायचे असते. पथ्य-पाणी, आहार-विहार, व्यायाम हे सगळे करायचे असते. दुर्लक्ष करायचे नसते.

अगदी तसेच मनाचेही असते. कुठलाही वाद, कुठलेही भांडण पेटण्याआधी मनात एक घंटा वाजते, तुम्ही तुमचे कुठलेही वाद अथवा भांडण आठवून बघा. त्या भांडणाअगोदर तुमच्या मनात हमखास असा विचार येतो, की आता गप्प बसले पाहिजे. बोलण्याची पद्धत, दिशा, विषय बदलला पाहिजे. असे नाही केले तर वाद होईल. भांडण होईल.

काही शहाणे लोक तिथेच थांबतात. किंवा अगदीच नाईलाज झाला तर तिथून निघून जातात. काही लोक ही लक्ष्मणरेषा ओलांडतात, ते वादात अथवा भांडणात ओढले जातात. भांडणाला, वादाला बळी पडतात. हा क्षण विवेकाचा असतो. विवेक निर्माण करायला हवा. बाळगायला हवा. वाढवायला हवा; सर्वात महत्त्वाचे म्हणजे वापरायला हवा.

काही वेळा असे घडते की समोरची व्यक्ती बोलल्यानंतर काही कळायच्या आत आपण भडकतो, विवेकभ्रष्ट होतो. समोरच्या माणसाला तावातावाने बोलतो. शिव्या घालतो. वाद-भांडण सुरू होते.

यावर एक साधा उपाय सांगतो. जिथे तुमच्या गुणवत्तेच्या प्रदर्शनाची अथवा प्रभावाची गरज नाही अशा ठिकाणी प्रतिक्रिया देणे तत्काळ थांबवा. विचार करा, ठरवा, व्यवहार पाहा, धोरण पाहा आणि प्रतिक्रिया द्या.

ज्या प्रतिक्रिया तत्काळ दिल्या जातात त्या भंपक स्वरूपात मोडतात किंवा अती बुद्धिमान आणि तात्त्विक स्वरूपात मोडतात. केवळ तात्त्विकतेवर चालत नाही. तेव्हा वाद-विवाद आणि भांडण टाळण्यासाठी भंपकपणा सोडायला हवा. फुका

तात्त्विकपणा सोडायला हवा. व्यवहारावर, तडजोडीवर यायला हवे. आयुष्य सोपे करायला हवे.

***३. पुन्हा पुन्हा तेच बोलणे –***

उबग आणणारा हा एक दोष बऱ्याच लोकांमध्ये आढळतो. माझ्याच सहवासात चार पाच लोक आहेत. साधारण चार पाच वाक्यानंतरचं सहाव्या वाक्यापाशी त्यांची गाडी गोल गोल फिरू लागते. सहावं वाक्य बोलून झालं की तेच वाक्य ते पुन्हा पुन्हा बोलतात. बोलत रहातात. त्याच पट्टीत, शब्दांचा तोच क्रम, आवाजाचा तोच चढ-उतार आणि पोत. आणि बोलत रहातात असं बोलताना ते आपल्याकडे पाहात सुद्धा नाहीत. तिसरीकडेच कुठेतरी पहातात. सलग पाच-सहा वेळा ते वाक्य बोलून झालं की मग थांबतात आणि मग पुढच्या वाक्याकडे वळतात.

उदाहरणार्थ —

‘‘मी त्यांच्या घरात गेलो. सगळे घरात होते. बोलायला सुरुवात झाली. मी पहिल्यांदाच सगळ्याचे आभार मानते त्यांना खूप आनंद झाला.

पण त्यांची आत्या खूप खराब बाई.

आत्या खूप खराब बाई

आत्या खूप खराब बाई

आत्या खूप खराब बाई

तिनं वाद घालायला सुरुवात केली. मी म्हटलं, आत्या, गोष्टी घडून गेल्या. आता भांडून उपयोग नाही. वेळ तर वाया जाईलच

पण सगळ्यांची मनं नाराज होतील.

सगळ्यांची मनं नाराज होतील.

सगळ्यांची मनं नाराज होतील.

सगळ्यांची मनं नाराज होतील.

शेवटी मामा पुढं आले-----

तर हे असं एक वाक्य पुन्हा पुन्हा उच्चारणं अगदीच वाईट आहे. हा धोरणाचा भाग नसून चुकून लागलेली सवयही असू शकते. पण हे टाळायला हवे.

***४. शेपूट प्रश्न –***

काही लोक आपल्याला काही सांगत असतात. ते सांगताना बहुतेक वाक्यानंतर आपल्यालाच एक प्रश्न विचारतात आणि भंडावून सोडतात. त्या प्रश्नाचं उत्तर त्यांनी आधी बोललेल्या वाक्यातच असतं. पण तेच उत्तर आपण उच्चारावं असा

त्यांचा आग्रह असतो. अत्यंत चीड आणणारा हा प्रकार आहे. या लोकांशी या जन्मात तरी कधी बोलू नये असे वाटते उदाहणार्थ —

''मी अगदी साधा माणूस आहे. काय?

तो मला कधीच विचारत नाही. काय?

मी राग धरत नाही, काय?

त्याच्या रागाचा विचार करत नाही. काय?

इथे शेपूट प्रश्न म्हणून 'काय?' असं विचारलंय. काही लोक 'कसं?', 'अंऽऽ?', 'बरं का?' असे शेपूट प्रश्न विचारतात.

काही लोक वाक्यातील कर्ता, कर्म, क्रियापद यापैकी त्यांना जे महत्त्वाचं वाटतं त्याप्रमाणे शेपूट प्रश्न विचारतात.

उदाहरणार्थ —

''हा पोपट मी त्या पिंजऱ्यातून सोडून दिला''

शेपूट प्रश्न खालील प्रमाणे

| | |
|---|---|
| १. कुठला पोपट? | हा |
| २. काय सोडून दिला? | पोपट |
| ३. कुणी सोडून दिला? | मी |
| ४. कुठून सोडून दिला? | पिंजऱ्यातून |
| ५. कुठल्या पिंजऱ्यातून? | त्या |
| ६. काय दिला? | सोडून |

आपल्याशी बोलणारा माणूस त्याच्या वाक्यानंतर एवढे शेपूट प्रश्न विचारणार असेल तर त्याचे बोलणे ऐकवणार नाही. बरं, हे लोक त्यांच्या शेपूट प्रश्नाचं उत्तर दिल्याशिवाय पुढचं बोलतच नाहीत. आपल्याला उत्तर द्यावंच लागतं. ज्या व्यक्तीचं बोलणं ऐकण्याचाच कंटाळा येतो. त्याचा प्रभाव काय पडणार?

काही लोकांना त्यांचं वाक्य संपल्यानंतर तोंडानं चित्र-विचित्र आवाज काढण्याची सवय असते. 'चक! पचक!' वगैरे. त्याचीही किळस वाटते. ऐकणारा फार काळ हे आवाज सहन करू शकत नाही.

हा दोष असेल तर प्रयत्नपूर्वक टाळायला हवा.

### ५. मागणी-नकार –

आपल्याला बऱ्याचदा दोन भिन्न भूमिकांमधून जावं लागतं. कुणाला काही मागावे लागते. आणि कुणी काही मागत असेल तर त्याला होकार/ नकार द्यावा

लागतो.

कुणी काही मागत असेल आणि आपण देऊ शकलो तर बोलणे बिघडण्याचा फार प्रश्न येत नाही. एखाद्या गोष्टीस नकार द्यायचा असेल तर तो कसा द्यायचा याचे सविस्तर विवेचन आपण याआधीच केले आहे.

नकार देणं ही एक कला आहे, पण नकार पचवणं हे मात्र मनाचं सामर्थ्य आहे. आणि आपल्याला नकार ऐकावयास लागू नये अशाच पद्धतीने एखाद्या गोष्टीची मागणी करणे हा अभ्यास आहे.

आपल्याला कुणी नकार देऊ नये असं वाटत असेल तर खालील गोष्टी करा.

१. दैनंदिन व्यवहारामध्ये कुणाकडे काही मागावे लागणार नाही असेच प्रयोजन करा. तसं हे अशक्य आहे, वृथा तात्त्विक वगैरे आहे. पण प्रयत्न तर करायला हवा.

२. ऊठसूट कुणाला काही मागू नका. तुम्ही सतत कुणाला कुणाला काही काही मागत असता असे जर तुमच्याविषयी मत पसरले तर एखाद्याला सहज शक्य असलेली गोष्टही तो तुम्हाला देणार नाही.

३. समजा, तुमच्यावर अशी वेळच आली की कुणास काही मागावे लागले, उधार उसनवार असेल किंवा कायमस्वरूपी असेल. त्यावेळी असे मागण्याशिवाय तुमच्यापाशी दुसरा मार्गच उरला नाही असे समोरच्या व्यक्तीस पटायला हवे.

४. आज तुम्ही कुणाकडे पहिल्यांदाच आणि शेवटचेच मागता आहात असे समोरच्या व्यक्तीस वाटायला हवे, पटायला हवे.

५. एखाद्याकडून एखादी गोष्ट उधार उसनवार घेतली तर ती परत करण्याची काही वेळ, तारीख ठरवावी. आणि प्राण पणाला लावून ती पाळावी. तुम्ही वेळ पाळता अशी तुमची ख्याती हवी.

६. वेळप्रसंगी तुम्हीही लोकांना मदत करता, पैसे देता असा तुमचा बोलबाला हवा. ज्याकडून काही मागता (गरज पडल्यास) कधी त्यालाच मदत केली असेल तर त्याची आठवण करून द्यावी.

एवढे केले तर ज्यास तुम्हाला होकार देणे शक्य आहे तो उगाच नकार देत नाही.

### ६. नकारात्मकता –

कधीही नकारात्मक बोलू नये. मानसशास्त्राचा अभ्यास करताना एक प्रयोग केला होता. एक संपूर्ण वहीचे पान नकारात्मक क्रियापद न वापरता लिहिले होते. असे

लिहिता येते, असे बोलता येते, असे करता येते.

"तुझी आता इथे गरज नाही" असे एखाद्यास थेट सांगण्यापेक्षा "तुझी अमूक ठिकाणी इथल्यापेक्षा जास्त गरज आहे." असे सांगता येते.

नकारात्मक बोलण्याची सवय तुम्हाला निराशेकडे खेचू शकते. 'निराशावाद' हा खूप मोठा आणि व्यापक शब्द झाला, पण तात्पुरती निराशा ही नकारात्मक बोलण्यातून चटकन निर्माण होऊ शकते. बोलणाऱ्याच्या आणि ऐकणाऱ्याच्या अशा दोघांच्याही मनात निर्माण होऊ शकते.

समजा, तुमच्या मुलास बरेच दिवस नोकरी मिळत नाही आणि तुम्ही त्यास बोलत राहिलात—

"किती दिवस झाले तुला नोकरी नाही.

तुझे फार प्रयत्न नाहीत. तुझ्यात जिद्द, महत्त्वाकांक्षा नाही.

असेच दिवस जात राहिले तर तुला पुढे कुणी विचारणार नाही.

आणि मिळाली काही नोकरी तरी तिथे तुला मान राहणार नाही."

वरील सगळे बोलणे असेही बोलता येते.

"तुझे नोकरीसाठी चाललेले प्रयत्न आम्ही पाहातो. त्यात काही बदल करून पहा. गतिमानता आणून पहा.

परिस्थिती बदलू शकते

तू सध्या आणि याआधी जे प्रयत्न केलेस ते एकदा सविस्तर लिहून काढ.

कुणी विचारलं तर तुला आत्मविश्वासानं बोलता येईल. नोकरी मिळायला उशीर झाला तरी तुझ्या गुणवत्तेने तू भरभर यश कमवू शकतोस.

प्रयत्नाने प्रगती करू शकतोस.

स्टार्टिंग ट्रबल असलेल्या कित्येत गाड्या नंतर छान वेग घेतात. अगदी स्पर्धाही जिंकतात. अशी खूप उदाहरणे आहेत; त्यात तू स्वत:ची भर घालू शकतोस."

मला सांगा, असे बोलायला काही खर्च येतो? काही त्रास होतो?

असे बोलून पाहा. तुमच्या आणि ऐकणाऱ्याच्या मनात सकारात्मकतेचा स्फोट होईल.

***७. त्रागा, हट्ट स्वत:स चालेल? –***

इच्छेविरुद्ध घडले की त्रागा करणे, अकांड-तांडव करणे अशी सवय अनेक लोकांना असते. काही स्त्रिया, मुले-मुली, वृद्ध स्त्री-पुरुष, काही जबाबदार कुटुंबप्रमुख सुद्धा असे वागतात.

उंच आवाजात, भरमसाठ बोलणे, तोल सुटल्यासारखे बोलणे, असंबद्ध-अर्वाच्य बोलणे, वस्तूंची आदळ आपट करणे; तोडफोड, फेकाफेक करणे, स्वत:ला त्रास करून घेणे.... वगैरे! हे सगळे अडाणीपणाचे प्रकार आहेत.

असे करू नये.

त्राग्यामध्ये बोललेल्या गोष्टींचा चांगला परिणाम होत नाही. माणसे क्षणभर बिचकता एवढेच! पण नंतर अशा व्यक्तीला मूर्ख आणि बालिश समजतात. अशा व्यक्तीची गरज लक्षात घेता त्याला सहन केले जाते. करावेच लागते. घर मांडता येत नाही. माणुसकी सोडता येत नाही.

त्रागा करणाऱ्या अशा व्यक्ती एरव्ही चांगल्या वागतात असा अनुभव आहे. घराला उपयोगी पडतात. इतरांना उपयोगी पडतात. इतरांसाठी, घरासाठी राबतात.

पण या सगळ्यांतून त्यांच्या मनात एक चिडचिड भरत जाते. स्वत:वर अन्याय होतो. दुसऱ्यावर उपकार होतो. अशा भावना वाढीस लागतात.

अशा प्रकारे मनात आधीच चिडचिड खदखदत असते. त्यात कुणी टोचले की इतरांविषयी असलेल्या तिरस्काराचे रक्त भळाभळा वाटू लागते.

एक प्रकारची ही मानसिक समस्या आहे. छोटासा आजार आहे. व्यक्ती त्रागा करते त्यावेळी ती भानावर नसते. त्या व्यक्तीस कुणी विरोध केला तर ती व्यक्ती कुठल्याही थराला जाऊ शकते. स्वत:स अथवा इतरांना इजा करण्याइतपत भयंकर!

मानसोपचार तज्ज्ञांशिवाय आणि औषधांशिवाय ही समस्या सुटू शकते. हा आजार बरा होऊ शकतो. अर्थात तो आजार अथवा समस्या आहे असे त्या व्यक्तीस वाटावयास हवे.

काही लोक वेगळा विचार करतात. अकांडतांडव, आरडाओरडा, त्रागा या सगळ्याला ते शक्ती समजतात. लोकांना क्षणभर बिचकवणारी पण नंतर लोकांच्या मनातून पूर्णपणे उतरवणारी अशी ही नपुंसक 'शक्ती' असू शकत नाही. शक्तीचे रूप वेगळे असते.

### *८. अकांडतांडव आणि मानसिकता –*

खरं तर तुम्हाला न पटलेली, न आवडलेली गोष्ट तुम्ही सभ्यपणे सांगू शकता. तीव्र आणि कठोर शब्दात सांगू शकता. त्यासाठी त्रागा, आरडाओरडा करण्याची गरज नाही. अशाने तुम्ही दहशत निर्माण करू शकता असे जर तुम्हास वाटत असेल तर ते चूक आहे. लोक तुम्हास घाबरत नाहीत तर तुम्हास टाळतात. तुम्ही इतरांच्या मनातून उतरता.

दुसरी गोष्टी ! तुम्ही त्रागा का करता? कारण तुम्हास वाटते, तुम्ही खूप करता. हे सत्य नसते. भ्रम असतो. अहंकार असतो. तुम्हावर अन्याय होतो असं वाटत असेल तर कुणासाठी काही करू नका. तुमच्या करण्यावाचून जगाचं काहीही उरलेलं नाही. अती तर मुळीच करू नका. कारण त्यामुळे तुमची चिडचिड होते.

तुम्ही जेवढं कराल तेवढ्यातच लोक खुशी मानून घेतील आणि तुमच्या त्राग्यापासून स्वत:ची सुटका करून घेतील.

त्रागा करणाऱ्या लोकांचं आणखी एक म्हणणं असतं की 'माझं ऐका. मी बरोबर बोलतो आहे. तुमच्या मताप्रमाणे वागाल तर खड्ड्यात पडाल. माझ्या म्हणण्यानुसार वागाल तर वाचाल.' या हट्टापायीसुद्धा माणूस त्रागा करतो.

असा त्रागा करू नका. तुम्हास जर समोर खड्डा दिसत असेल तर एखाद्याला शांतपणे सांगा. त्यानं तुम्हाला वेडं ठरवलं तर ठरवू द्यात. तो शहाणपणा दाखवत मुद्दाम पुढे जाऊ लागला तर जाऊ द्यात. खड्ड्यात पडतो आहे- पडू द्यात. त्यानं स्वच्छपणे मदतीसाठी याचना केली तर त्याला खड्ड्यातून बाहेर पडण्यास मदत करा. नाहीतर स्वत:हून त्यास हात देऊ नका. खड्ड्यातून बाहेर आल्यावर असा माणूस उलटून तुम्हालाच म्हणेल, ''तुम्हास चोमडेपणा करायला कुणी सांगितला होता. मला खड्ड्यातच बरे वाटत होते, मला बाहेर का काढले?'' त्यामुळे त्या माणसाला खड्ड्यातच पडून राहू द्यात. तुम्ही तिथून तुमच्या उद्योगाला निघून जा.

त्रागा करू नका. सोडून द्या!

तुमचे बरोबर असलेही. पण प्रत्येकाचा एक स्वतंत्र अहंकार असतो. स्वत:च्या अस्तित्वाची प्रत्येकाची एक ओळख असते. त्याची ती ओळख त्याला फार प्रिय आणि लाडकी असते. नेमके तिथेच तुम्ही चिमटा काढू नका. प्रत्येकाला स्वत:चे मत, विचार, दृष्टी आणि दृष्टिकोन आहे. त्याप्रमाणे त्याला जगाचा अनुभव घेण्याचा अधिकार आहे. मी वारंवार खड्ड्यात पडते/पडतो आणि माझा/माझी मीच बाहेर येतो/ येते. अशा बोंबा मारून स्वत:ची वेगळी ओळख जगाला दाखवण्यात जर एखाद्यास धन्य वाटत असेल तर त्याचा विचार सोडून द्या. त्याची विकृती आणि तो बघून घेतील. तुम्ही कासावीस होऊ नका. ज्याचं त्याचं नशीब असं समजा आणि पुढे चला.

कित्येक सुशिक्षित अगदी उच्चशिक्षित कुटुंबातील अकांडतांडव मी पाहिले आहे. ऐकले आहे. लोक भानावर नसले की पातळी सोडून बोलतात. शिवीगाळ करतात. इच्छा नसली तरी काही भाषा मी खाली नमूद करतो. स्त्री अथवा पुरुष दोघेही खालील भाषा वापरतात. शिव्या देतात. याहीपेक्षा भयंकर बोलतात.

उदाहणार्थ —

हलकट, नीच, नालायक, फुकट्या, ऐतखाऊ, रोगमेला, मुडदा, मरत कसा नाही? बाहेरख्याली, बाहेरच्यांची चाटता... इतके खाता, तितके खाता... कुत्री, साली, हलकट... भडवा, हिजडा...

—वरील शब्द स्त्री किंवा पुरुष कुणीही वापरताना मी पाहिलेलं आहे. ऐकलेलं आहे.

मला खात्री आहे, वाचताना तुम्हाला त्रास झाला असेल, वाचवलं नसेल.

या गोष्टी ऐकवत नाहीत. हे शब्द तुम्हाला उद्देशून वापरले तर ऐकवणार नाहीत. सहन होणार नाहीत.

माझे कळकळीचे सांगणे हेच आहे, की जे शब्द तुम्ही स्वत:बाबत ऐकू शकत नाही ते तुम्ही दुसऱ्याला वापरू नका. बोलताना, भांडताना, अकांडतांडव करताना तुम्ही तेच बोला- जे तुम्ही स्वत:बाबत ऐकू शकता.

### *९. घर हे घर आहे ! रंगभूमी नाही –*

संभाषणकलेवर अनेक पुस्तके आहेत. मी फार वाचली नाहीत. त्यामुळेच त्या पुस्तकामधून घराबद्दल काय लिहिलंय मला माहीत नाही. मी माझं प्रामाणिक मत मांडतो आहे.

प्रस्तुत पुस्तकात मी बरंच तांत्रिक आणि मांत्रिक स्वरूपाचं लिहीत आहे. एका सुसंबद्ध आणि आकृतीबद्ध बोलण्याची रूपरेषा त्यामुळेच तुमच्या मनात ठरत जात आहे. घराबाहेर या रूपरेषेप्रमाणे बोलावं अशी माझी अपेक्षा आहेच.

पण घरात पाऊल ठेवल्यानंतर हे पुस्तक विसरून जा. घर म्हणजे ठरवून प्रयोग करण्याची प्रयोगशाळा नाही किंवा आधी सराव करून मग नाटकी पद्धतीने बोलण्याची रंगभूमीही नाही. 'घर हे घर आहे.'

घर म्हणजे काय असतं, हे मी तुम्हाला सांगण्याची गरज नाही. आई-वडील, नवरा-बायको, मुलगा-सून, मुलगी-जावई, आत्या, मामा, काका-काकी, मामी, मावशी अशा नात्यांमधून तात्पर्य काढत काढत, एकमेकांशी घट्ट बांधून ठेवणाऱ्या सोबतीसाठी सदैव स्वत:च्याच आकारात आणि आशयात आपल्यासाठी असतं ते घर! आपलं घर!

जिथे प्रेमानं उबदार वाटतं ते घर. प्रेम, माया, वात्सल्य या भावनांनी सदैव ओसंडून वहात असतं ते घर. बाहेरच्या जगात बिचकत वावरल्यानंतर, उंबऱ्याच्या आत पाऊल ठेवताक्षणी सुरक्षित वाटतं ते घर.

आता घर बहुधा चौकोनी झालंय. आई-वडील, मुलगा-मुलगी हीच आजकाल

बहुतेक घरांची रचना झाली आहे. त्यामुळे संभाषण होणार ते या चौघांमध्येच!

इथं हवं ते भावनेनं ओथंबलेलं ऊबदार संभाषण. इथं संभाषणकला नको. तंत्र नको. मंत्र नको, धारण, हेतू, चातुर्य नको. स्वत:च्या मनातलं बोलायचं आणि दुसऱ्याच्या मनातलं जाणायचं.

इथं प्रयोग नको. अमुक एखादी गोष्ट सिद्ध करणे नको. त्यासाठी साहित्य, कृती, निरीक्षण नको. अनुमान-तात्पर्य-निष्कर्ष नको. भावनांची, विचारांची देवाण-घेवाण हवी. या हृदयीचे थेट त्या हृदयी अशी पद्धत हवी. मध्ये कुठलाही वाहक नको आणि अडथळाही नको.

इथे संभाषणाची नक्कल लिहिणे नको. ती पाठ करणे नको. त्याची सराव-तालीम नको. भावनांचा अभिनिवेश नको. कायिक वाचिक अभिनय नको. कसरती नकोत. आवाजांचे चढउतार, मुद्दाम नकोत. मुद्दाम शब्दांवर जोर देणं नको.

समोरच्याबद्दल निखळ प्रेम हवं. अतीव प्रेम हवं. त्याला समजून घेण्याची महत्त्वाकांक्षा हवी. त्याच्या चुका तत्काळ माफ करण्याचा मोठेपणा हवा. पुन्हा त्यानं चुकू नये म्हणून त्याची काळजी घेणं हवं. एकमेकांची सतत विचारपूस हवी. सतत एकमेकांची काळजी घेणं, काळजी करणं हवं. एकमेकांची सोबत करणं हवं. तू एकटा नाहीस, मी सदैव तुझ्याबरोबर आहे, अशी जाणीव हेतुपुरस्सर एकमेकांना देण्याची सतत धडपड हवी.

मुळात भावना हवी— आणि खूप तीव्र हवी. बोलणं आपोआप उमटतंच. त्याचा वेगळा अभ्यास कशाला हवा?

किती बरं होईल जसं आपण घरात बोलतो तसंच जर बाहेर बोलता आलं तर? पण तसं शक्य होत नाही. म्हणून तर हे पुस्तक लिहिलं!

❏❏

# - ८ -
## मन आणि संभाषण

पुस्तकाच्या सुरुवातीपासूनच आपण पाहातो आहोत की कसे बोलू नये. माझ्या मतानुसार हा भाग खूपच महत्त्वाचा आहे. माझी पहिली इच्छा की माणसानं भरपूर बोलावं. पण दुसरी महत्त्वाची इच्छा की जे बोलायचं नाही ते बिलकूल बोलू नये. त्यापेक्षा काहीच न बोललेलं चांगलं. पण जे नाही बोलायचं ते नाहीच बोलायचं.

नको ते बोलण्यानं आपण अडचणीत येतो. समस्या, संकट, काळजी यांना आमंत्रण देतो. दुःखाला आमंत्रण देतो. त्यामुळे 'काय बोलू नये, कसे बोलू नये' हे सर्वसामान्य ते असमान्य अशा सगळ्यांनीच समजून घ्यायला हवे. काळजीने, काटेकोरपणे पाळायला हवे.

दुसरी बाजू म्हणजे कसे बोलावे! हा प्रश्न बऱ्याच लोकांना पडतो. नव्हे, त्यांची ती समस्याच असते 'आम्हाला प्रभावी बोलता येत नाही' अशी खंत ते वारंवार व्यक्त करतात. त्यांना वाटतं, इतर लोक ज्ञानामध्ये-माहितीमध्ये यांच्यापेक्षा कमी असूनही केवळ बोलण्याच्या जोरावर बाजी मारतात. यांच्या मनात, प्रभावी बोलणाऱ्यांबद्दल एक प्रकारची असूया आणि तिडिक असते. प्रभावी बोलणाऱ्यां बद्दलचा त्यांचा राग ते खालीलप्रमाणे व्यक्त करतात.

"तुम्ही बोलण्यातच पटाईत.

तुम्ही नाटकी

बोलणं हेच तुमचं भांडवल

केवळ बोलूनच तुम्ही इथपर्यंत आलात.

आम्हाला बोलता येत नाही म्हणून----

तुमच्यापुढे आमच्या बोलण्याचा तो काय प्रभाव पडणार?

बोलण्यामध्ये तुम्ही आम्हाला ऐकणार आहात काय?"

असं बोलून मनातली खदखद ते व्यक्त करतात. मला वाटतं, असं तिरकस

बोलून वेळ साजरी करण्यापेक्षा प्रभावी बोलायला शिकावं.

चांगलं प्रभावी बोलण्यासाठी

"बोलण्याचा मंत्र हवा

बोलण्याचे तंत्र हवे

बोलण्याचा खरेपणा हवा

बोलण्याचे धाडस हवे."

वरील सगळ्याच गोष्टी हव्यात. एकही गोष्ट कमी असून उपयोगाचं नाही. आता आपण रोजच्या व्यवहारातल्या बोलण्याबद्दल विचार करू या. रोजच्या दैनंदिन व्यवहाराशी निगडित जेवढे बोलणं आहे तेवढ्याविषयीच विचार करू या!

यापेक्षा वेगळा प्रांत आहे व्यवसायिक बोलण्याचा! तिथे बोलणं हेच भांडवल असतं. बोलणं हेच साधन असतं. बोलणं हीच कला असते आणि बोलणं हीच शक्ती असते.

"भाषण, व्याख्यान, मीटिंग, मुलाखत

चर्चासत्र, सेमिनार, ग्रुप डिस्कशन

सेल्समन, मार्केटिंग, एक्झिक्युटिव्ह

निवेदक, अभिनेते, रिसेप्शनिस्ट"

या प्रांतासाठी बोलण्याचे घरगुती संस्कार पुरेसे नाहीत. इथे व्यावसायिक शिक्षण हवं, विशेष शिक्षण हवं. बोलण्याचा अभ्यास आणि सराव करायला हवा. या पुस्तकाच्या शेवटच्या टप्प्यात एक प्रकरण मी यासाठी लिहिले आहे.

आपण पुन्हा रोजच्या बोलण्याकडे येऊ या! आपलं बोलणं दुसऱ्याला आवडलं पाहिजे. आणि केवळ बोलण्याच्या जिवावर दुसऱ्याने आपल्यावर मात करता कामा नये.

### चांगलं बोलण्याची गरज –

आयुष्यामध्ये प्रत्येकाला काहीं ना काही मिळवायचे आहे, त्यासाठी आपण प्रयत्न धडपड करतच असतो. माणसाला वाटते, आपले व्यक्तिमत्त्व आकर्षक असावे म्हणजे आपली छाप खूप पडेल. तो व्यक्तिमत्त्व सजवण्याच्या मागे लागतो. शरीरयष्टी सुधारतो, उंची कपडे घालतो, दागिने घालतो, मोटार घेतो, बंगला घेतो, सूटबूट घालतो. आसपास हुजरेगिरी करणाऱ्या लोकांची फौज तैनात करतो. त्याला वाटतं, लोक आता आपल्यामुळे प्रभावित होणारच. आपले बोलणे त्यांना आवडणारच. आपल्या बोलण्यामुळे आता लोक आनंदी होणारच!

हा भ्रम आहे. या सगळ्या गोष्टी केल्यामुळे बोलणे चांगले होत नसते. मात्र एवढे श्रम बोलण्यावर घेऊन आधी बोलणे चांगले केले तर बंगला, मोटार, कपडे, दागिने, माणसे हे सगळं आपोआप तुमच्याकडे चालत येतं. त्यामुळे आधी बोलणं सुधारायला हवं.

माणसाला चांगलं बोलता येऊ लागलं की खूप माणसं त्याच्या जवळ येतात. अनेक प्रकारची माणसं असतात. काही तुमच्याकडे अपेक्षेनं येतात. अपेक्षेनं म्हणजे लालसेनं किंवा स्वार्थानंच असं नव्हे! तर चांगल्या अपेक्षेनं! तुमच्याकडून त्यांना काही विचार, दिशा, मार्गदर्शन, सोबत, आधार मिळेल या आशेनं. या लोकांबरोबर बोलताना तुमची सकारात्मकता वाढत जाते. या सकारात्मकतेमुळे तुमच्या मनाचे सामर्थ्य, आत्मविश्वास वाढतो.

हा वाढलेला आत्मविश्वास आणि मनाचे सामर्थ्य आपल्या प्रगतीसाठी उपयोगात आणता येते. बोलण्याच्या प्रक्रियेमध्ये खूप क्रियाशील, निर्माणक्षम व्यक्ती सहवासामध्ये येतात. त्यांच्या मदतीने तुम्ही काही निर्माण करू शकता. कदाचित तुम्हाला हाताशी धरून हे लोक काही निर्माण करू शकतात. आधीच सामर्थ्यवान आणि सकारात्मक झालेलं मन, आत्मविश्वासानं भरलेलं मन या निर्माण प्रक्रियेमध्ये सहभागी होऊ शकतं. प्रगतीच्या दिशेनं चार पाऊले पडायला सुरुवात होते. वास्तविक जे ऐहिक अलंकार बळेच लेवून दुसऱ्याला प्रभावित करण्याचा प्रयत्न इतर लोक करतात ते अलंकार स्वतःहून तुमच्या गळ्यात पडतात. कारण एकच. या सगळ्या अलंकाराला खेचणारा एक मोठा अलंकार तुमच्याकडे असतो. संभाषणाची कला- बोलण्याची कला.

### मन आणि संभाषण कला –

बोलणं हा वृत्तीचा भाग आहे. पण वृत्ती हा पुन्हा मनाचाच भाग आहे. शेवटी बोलणं हा सुद्धा मनाचाच भाग आहे. मी या आधीच स्पष्ट केलं आहे की तंत्र म्हणजे खेळ. ऐकणाऱ्याच्या मनाशी खेळत त्याला आपल्यासोबत घेऊन जायचं— आपल्याला हवं त्या ठिकाणी. व्यावसायिक धोरणामध्ये असं करावंच लागतं. मंत्राचा संबंध स्वत्वाशी आहे. इथं स्वतःलाच स्वतःबरोबर जायचं असतं. स्वतःला हवं त्या ठिकाणी, ऐकणाऱ्यानं प्रभावित होऊन, स्वतःहून तुमच्या मागे मागे यायचं असतं. असं घडतं. मंत्र तेवढा सामर्थ्यवान हवा.

### खरेपणा –

हा महान मंत्र आहे. तुमच्या व्यक्तिमत्त्वाचा फार किंमती अलंकार आहे. तुम्ही

जे बोलता ते केलं पाहिजे. जे करू शकता तेच आणि तेवढंच बोललं पाहिजे. यातून लोकांचा तुमच्यावर विश्वास निर्माण होतो. असं पुन्हापुन्हा सातत्यानं वागल्यानंतर हा विश्वास दृढ व्हायला लागतो. कायमस्वरूपी टिकून राहू लागतो. यातूनच विश्वासार्ह नावाच्या विशेषणानं तुम्ही ओळखले जाऊ लागता. तुमच्या अंगामध्ये विश्वासार्हता नावाचा अलंकार अंतर्बाह्य मिसळून जातो. तुमच्या व्यक्तिमत्त्वाला एक वेगळीच झळाळी प्राप्त होते. ते देदीप्यमान-प्रकाशमान व्हायला लागतं.

लोक मोठ्या विश्वासानं, सोबतीच्या अपेक्षेनं, आधाराच्या भरवशानं तुमच्या अवती भवती करू लागतात. तुम्ही जे व्यक्त होता तेच 'तुम्ही' म्हणून लोकांच्या अंत:पटलावर उमटता कोरले जाता. आणि तुम्ही तेच असल्याचं पुन्हा पुन्हा तुम्ही सिद्ध करत जाता. या प्रक्रियेतून तुमच्याशी जोडले गेलेले लोक तुमच्यावर प्रेम करू लागतात. तुमचे होऊन जातात. तुमची साथसोबत करतात. तुमच्यासाठी स्वत:स घेऊन सदैव तुमच्या पाठीशी उभे रहातात.

या सगळ्यासाठी बोलायला हवं. तेच बोलायला हवं जे तुम्ही करू शकता. आणि नंतर तेच करायला हवं, जे तुम्ही बोललेले आहात.

***खरा कोण? –***

पूर्वी ही समस्या नव्हती. लोक सर्रास खरे बोलत. खरं बोलताना त्यांना कुठलेही कष्ट घडत नव्हते. कुठलंही नुकसान होत नव्हतं, भीती वाटत नव्हती. त्यांची वेड्यांमध्ये गणना होत नव्हती.

चार पाचशे लोकात एखादा माणूस खोटं बोलायचा. तो लगेच ओळखू यायचा. निवडून निघायचा. त्याला वेगळं काढलंच जाई. दहा हजार वस्तीच्या गावात असे पंधरा वीस 'बाताडे' असायचे. त्यांना 'बाताडे' असंच विशेषण/संबोधन मिळे.

या बाताड्यांचं बोलणं कुणीही मनावर घेत नसे. गंभीरपणे घेत नसत. खरंही मानत नसत. यांच्या बोलण्याला कुठलाही मान, किंमत किंवा पत नसे. केवळ करमणूक म्हणून कधीतरी अशा बाताड्यांना चारचौघात बसू देत. नाहीतर चारचौघातून या लोकांची हकालपट्टी ठरलेली असायची.

काळाचा महिमा असा की आज बाताड्यांमधून खरं बोलणाऱ्या माणसाला ओळखावं लागतं. निवडून काढावं लागतं. असे निवडून काढलं तरी या लोकांवर पटकन कुणी विश्वास ठेवीत नाहीत. खूप अनुभव घेऊन, खूप सहवासानंतर या लोकांना थोडी ओळख प्राप्त होते. विश्वास ठेवण्यास हरकत नाही, बऱ्यापैकी खरं बोलतो अशा सावध वर्णनापाशीच गाडी थांबते. जाता जाता कुणावरही विश्वास

ठेवण्याचे दिवस आता संपले.

खरं बोलणाऱ्या लोकांचा आज विशेष वेगळा उल्लेख होतो. खरं बोलण्याबद्दल त्यांचं विशेष वेगळं कौतुक होतं. पूर्वी खूप सहज सोपेपणानं खरं बोललं जाऊ शकत होतं. आज तितक्या सोपेपणानं खरं बोललं जाऊ शकत नाही. खरं बोलताना आज कष्ट पडतात. श्रम होतात. नुकसानीची शक्यता वाटते. सुरक्षा धोक्यात येईल असं वाटतं. जिवाची भीती वाटते.

माणसं आज सर्रास खोटं बोलतात. त्याला खोटं बोलण्याची गरज पडते. खोटं बोलण्याचं तो कारण देऊ शकतो. समर्थन करू शकतो. माणसानं नाईलाजानं खोटं बोलण्यास सुरुवात केली असं मानण्यातही खूप अडचणी आहेत. कारण आपल्या पौराणिक कथांमधून व्यक्तिरेखा विविध कारणांसाठी खोटं बोलतात.

रामायण, महाभारतामध्ये तर केवळ दुष्टच नव्हे तर सुष्ट प्रवृत्तीच्या व्यक्तिरेखाही खोटं बोलतात, खोटं वागतात. त्यामुळे खोटं बोलण्याला अगदीच प्रतिष्ठा नसेल, पण मिश्किली आणि समर्थन देण्याचा प्रयास या कथांमधून झालेला आहे.

सर्वसामान्य माणसाच्या खोटं बोलण्याची सुरुवात बचावाच्या धोरणापासून झाली असावी. खरं बोललं तर स्वत:च्या, इतरांच्या जिवाला धोका होईल, आर्थिक नुकसान होईल, स्वत:च्या चुकांबद्दल शिक्षा होईल. आपल्या वाईट कर्माच्या कबुलीमुळे बदनामी होईल. आपल्या बोलण्यामुळे दुसऱ्याला दु:ख, इजा, नुकसान होईल- अशा प्रकारच्या भीतीपोटी झालेल्या नाईलाजातून सर्वसामान्य माणसाच्या खोटं बोलण्याची सुरुवात झाली असावी.

पण काही दिवसांनी खोटं बोलण्याने तेवढ्या क्षणापुरते का होईना पण फायदे या लोकांच्या लक्षात आले. एखाद्या व्यक्तीला, समूहाला किंवा जमावाला खोटं बोलून फसवता येतं हे प्रत्ययास आलं. असं फसवून आपला तात्पुरता का होईना पण फायदा होतो हे लक्षात आलं. आणि त्यानंतर लोक स्वार्थीपणाने धोरण म्हणून खोटं बोलू लागले.

### खोटे बोलणे- चातुर्य/धूर्तपणा –
मी खाली दोन व्यक्तीचं सर्वसाधारणपणे केलं जाणारं वर्णन देत आहे.

### व्यक्ती नं. १ –
अगदी साधा सरळ आहे. धोरण, चातुर्य, धूर्तपणा असलं काहीही नाही. जे आहे ते सरळ बोलून मोकळा होईल. या बोलण्यामुळे प्रसंगी अडचणीत, संकटात सापडतो. त्या अडचणीला संकटाला व्यवस्थितपणे तोंड देतो. पण खोटं बोलत

नाही. खोटं असं रचून त्याला काही सांगताच येत नाही.

यामुळेच की काय, पण तसा थोडा भोळसटच वाटतो. मनानं आहे खूप चांगला, पण आजकालच्या जगात असं चालतच नाही. इतकं सरळ? इतकं खरं? त्याला कळतच नाही की, असं सरळ-साधं आणि खरं वागून स्वत:ही अडचणीत येतो आणि दुसऱ्यालाही आणतो.

त्याला हे सगळं कळतं! कळत नाही असं नाही. पण वळत मात्र नाही.

***व्यक्ती नं. २ –***

कसं वागावं आणि बोलावं हे याच्याकडून शिकावं. जे आहे ते सरळ कधीच बोलणार नाही. स्वत:च्या मनाचा कधी थांगपत्ता लागू देणार नाही. याच्याबरोबर राहाणारा त्यामुळे कायमच याला बिचकून, दबून रहातो.

कधी समोरच्या व्यक्तीसच असा 'फील' देतो की, तू अडचणीत आहेस. पण काळजी करू नको. मी तुला त्यातून बाहेर काढीन. त्यामुळे समोरचा कायम याच्या मागे मागे! काही दिवसांनी असेच काही रचून सांगतो आणि समोरच्यास असा 'फील' देतो की, मी तुला अडचणीतून बाहेर काढले. समोरचा आणखीन त्याच्या मागे-मागे!

खूप चतुर आणि धूर्त आहे. मनानं नक्की चांगला आहे की नाही ते कुणाला कळत नाही, पण त्याला वाईट कुणीच म्हणत नाही. लोक त्याच्या मागेच असतात. स्वत: कधीही अडचणीत येत नाही. दुसऱ्याला बळेच अडचणीत आणतो असे नाही, पण अडचणीत आणण्याची क्षमता बाळगतो.

त्याला सगळंच कळतं असं नाही. पण जेवढं कळतं तेवढं कृतीत आणण्याची धमक मात्र त्याच्यामध्ये निश्चित आहे.

चातुर्य हा गुण आहे हे आपण समजू शकतो. बिरबलाच्या चातुर्याच्या गोष्टी आपण वाचल्या आहेत. स्वत:च्या चातुर्याने त्याने, चुकणाऱ्या राजाला अनेकदा सुधारले, सावरले, शहाणे केले. प्रजेच्या हिताचे निर्णय घेण्यास भाग पाडले. राजाच्या क्रोधापासून राणीसह सगळ्या प्रजेचे रक्षण केले. या गोष्टी करताना प्रसंगी बिरबलाला खोटे बोलावे लागले. पण बिरबल खोटारडा होता असे कुणीच म्हणत नाही. तो चतुर होता असे म्हणतात. चातुर्य हा गुण आहे असे आपण सर्वांनीच मान्य केले आहे.

धूर्तपणा हा गुणही वाटतो आणि अवगुणही वाटतो. काही लोक धूर्तपणाचा वापर करून लोकांमध्ये एकी निर्माण करतात. समाजहिताचे काम करतात. समाजावर येणाऱ्या संकटास परतवून लावतात.

मात्र काही लोक धूर्तपणाचा वापर करून लोकांमध्ये लावालाव्या करतात. दुही माजवतात, फूट पाडतात. समाजाचे हित सांभाळण्याऐवजी, जपण्याऐवजी स्वत:चा स्वार्थ साधतात. केवळ स्वत:चीच पोळी भाजून घेतात.

सकारात्मक धूर्तपणा हवा. आंतरराष्ट्रीय पातळीवर काम करणाऱ्या आपल्या राष्ट्रीय नेत्यांकडे मुत्सद्दीपणाबरोबर धूर्तपणा हा गुण हवाच. तरच आपल्या देशाच्या फायद्याचे गणित ते करू शकतात. इतर देशांकडून आपल्या देशाची होऊ शकणारी फसगत ते टाळू शकतात.

चातुर्य आणि धूर्तपणा या गुणांना सकारात्मक धोरणात बसवलं तर तुमच्यावर खोटेपणाचा आळ येणार नाही. म्हणजे विशेष आरोप होणार नाही. सकारात्मक धोरणामध्ये हे गुण वापरण्यामागील हेतूस विशेष आदराचे स्थान असते.

हेतू अगदी उदात्त आणि विशालच असावा, जगाच्याच कल्याणाचा असावा असे नाही तर स्वत:च्या आणि इतरांच्या सुरक्षेचा तरी असावा. स्वत:चे आणि इतरांचे नुकसान टाळणारा असावा. स्वत:च्या आणि इतरांच्या मूलभूत मानवी हक्कांचे रक्षण करण्याचा हेतू असावा. जपणूक करण्याचा हेतू असावा. असं झालं तर चातुर्य आणि धूर्तपणा या अभिव्यक्तीला एक अंगचीच गुणांची झळाळी असते. त्या संदर्भात बोललेल्या तपशिलाचा खरा आणि खोटा असा छेद आणि छळ सहसा होत नाही.

पण चातुर्य आणि धूर्तपणा या अभिव्यक्तीला नकारात्मक धोरणात बसवले तर त्या संदर्भात बोललेल्या तपशिलाचे तत्काळ पृथक्करण केले जाते. नकारात्मक धोरणामध्ये हेतू बहुधा लबाडीचा असतो. फसवणुकीने स्वत:साठी मिळवण्याचा स्वार्थी हेतू असतो. इतरांना धोका आणि नुकसान देण्याचा हेतू असतो किंवा तसे होण्याचा संभव असतो. दुसऱ्याचे मूलभूत मानवी हक्क पायदळी तुडविण्याचा हेतू असतो किंवा तसे होण्याचा संभव असतो. त्यामुळे या संदर्भात बोललेल्या तपशिलाला स्वत:चाच एक सडका दुर्गंध असतो. त्यामुळे अशा वेळी बोललेले बोलणे खोटे आणि वाईटच ठरू शकते.

### खोटे बोलणे आणि व्यावसायिकता –

कुठलाही माणूस निर्णय घेण्याच्या प्रक्रियेला सामोरा जातोच. निर्णय घेण्याच्या त्याच्या पद्धतीवरून त्याची वर्गवारी खालील दोन प्रकारात केली जाते.

१. भावनाप्रधान

२. प्रॅक्टिकल

**भावनाप्रधान** - आजूबाजूला घडणाऱ्या गोष्टींचा तत्काळ परिणाम याच्या मनावर होतो. त्यामुळे अशा माणसाला ठरवून कुणीही दुखवू शकतं. याच्या मनावर झालेला परिणाम याच्या बोलण्यात आणि कृतीत लगेचच उतरतो. कुठलाही निर्णय घेताना हा समोरच्या व्यक्तीच्या सुखाचा जास्त विचार करतो. समोरच्या व्यक्तीच्या भावनेचा स्वत:ची गैरसोय, स्वत:चे नुकसान, स्वत:ला होणारा त्रास याचा विचार करत नाही. फार कर्तव्यकठोर निर्णय हा घेऊ शकत नाही. हा दुसऱ्यास त्याच्या चुकीबद्दल कठोर शासन करू शकत नाही. प्रशासनामध्ये आणि एकूणच मानवी व्यवहारामध्ये हा बऱ्याचदा दुबळा म्हणून सिद्ध होतो. याला खोटे बोलणे फारच अवघड जाते. हा स्वत: तर त्याच्या स्वभावाचे परिणाम भोगत असतोच, पण कधी इतरांनाही भोगायला लावतो.

### प्रॅक्टिकल –

हा माणूस मनाला आणि अंगाला फार काही स्पर्श करू देत नाही.
सुरेश भटांची कविता आहे,
''रंगुनी रंगात साऱ्या रंग माझा वेगळा
गुंतुनी गुंत्यात साऱ्या पाय माझा मोकळा''
प्रॅक्टिकल माणसाची ही साधी, सरळ, सोपी व्याख्या आहे. या लोकांची कशालाही तयारी असते. स्वत:च्या फायद्यासाठी बोलतात. सुरक्षेसाठी बोलतात. स्वत:चे महत्त्व वाढविण्यासाठी बोलतात, बोलून विसरून जातात.
व्यवहारास आणि कुठलाही गोष्टीच्या व्यावहारिक मूल्यास पराकोटीचे महत्त्व देतात. स्वत: भावनाविवश होत नाहीत आणि कुणी समोर भावनाविवश झाले तरी त्यास महत्त्व देत नाहीत. अवतीभवतीच्या गोष्टींचा आणि माणसांचा स्वत:वर फार परिणाम होऊ देत नाहीत. स्वत:स दोन गोष्टी मिळवण्यासाठी दोन गोष्टी देण्यास तयार असतात. दोन मुस्कटात देण्याची आणि घेण्याची तयारी असलेला आणि पुन्हा हे सगळं सोडून देणारा, विसरून जाणारा, कुठल्याही लफड्यात स्वत: न अडकणारा. अडकण्याची शक्यता निर्माण झाली तर अक्कल- हुषारीनं त्यातून सहीसलामत सुटणारा.

### प्रोफेशनल –

हळवा आणि प्रॅक्टिकल माणूस या प्रकारामध्ये विशेष ठरवून जादाचे खोटे बोलावेच लागते असे नाही. नॉर्मल माणूस जेवढे खोटे बोलतो तेवढं पुरते. पण काही वर्षांपासून माणसांची आपण एक नवीन ओळख आयात केली आहे. तिला 'प्रोफेशनल'

असे म्हणतात. यातही पक्का/पक्की प्रोफेशनल, हाय प्रोफेशनल असेही प्रकार आहेत.

मराठीमध्ये उच्च दर्जाची व्यावसायिकता, व्यावसायिक नीतिमत्ता, नीतिमूल्ये, असे शब्द आहेत. मूल्य या शब्दालाच मुळात पावित्र्याचा गंध आणि स्पर्श आहे. सचोटी, प्रामाणिकपणा, अथक मेहनत, गुणवत्ता, बुद्धिमत्ता, गिऱ्हाईकाची अपेक्षा, त्याची गरज, त्याचे समाधान या सगळ्यांच्या एकत्र विचाराला उच्च दर्जाची व्यावसायिकता असे म्हणतात.

पण आजकाल प्रोफेशनल नावाचं एक वेगळं पीक आलं आहे. त्याचा खोटं बोलण्याशी फारच जवळचा संबंध आहे. नोकरीमध्ये, छोट्या मोठ्या व्यवसायामध्ये, व्यक्ती-व्यक्ती संबंधामध्ये, धोरणामध्ये हे पीक फारच फोफावत चाललंय.

कुणी कुणाबद्दल असं बोलतं,

''तो पक्का प्रोफेशनल आहे.

ती भयंकर प्रोफेशनल आहे''

याचा अर्थ ते लोक उच्च व्यावसायिक मूल्ये पाळणारे आहेत असा होत नाही. तर स्वतःच्या सोयीनुसार, स्वार्थानुसार सर्व व्यावसायिक आणि वैयक्तिक, नैतिक मूल्ये गुंडाळून स्वतःला हवं ते मिळवणारे आहेत असा होतो.

प्रोफेशनल असणं आणि प्रगती करणं, यश मिळवणं याचा खोटं बोलण्याशी थेट संबंध आहे असंच आज मानलं जातं. धादांत आणि धडधडीत खोटं बोलणं, विशेष म्हणजे कुठलाही अपराधी भाव मनात न बाळगता खोटं बोलणं, हे प्रोफेशनल असण्याचं मुख्य सूत्र आहे असंच आज मानलं जातं. हा नवीन 'ट्रेंड' आहे. हे खोटं बोलणं सुद्धा 'नरो वा कुंजरो' अशा थाटाचं असतं.

### उदाहरणार्थ –

एखादा प्रोफेशनल माणूस स्वतःचा विजेचा मीटर गैरमार्गानं गुपचूपपणे 'स्लो' करून घेतो. मग अर्थातच बिल कमी येतं. अर्थातच या तपशीलाचा व्यवहारात कुठेही उल्लेख नसतो. त्यांचं प्रोफेशनल म्हणणं असं असतं,

''आम्हाला विजेचं जे बिल येतं ते आम्ही प्रामाणिकपणे भरतो. बाकी गोष्टी आम्हाला माहीत नाहीत. आमचा त्याच्याशी संबंध नाही.''

### खोटे बोलणे, लबाडी, विनाशकाल –

जे आहे ते थोडं अधिक करून सांगणं किंवा अधिक आकर्षक करून सांगणं हे चांगल्या सेल्समनशिपचं लक्षण असू शकतं. पण जे मुळातच नाही ते आहे असं

सांगणं आणि जे आहे ते नाही म्हणून सांगणं याला धादांत खोटेपणा असं म्हणतात.

खोटेपणाचं आयुष्य फार कमी असते. 'चुकून, अजाणतेपणी, नजरचुकीने' वगैरे शब्दांखाली उघडा पडलेला खोटेपणा झाकण्याचा प्रयत्न होतो. चुकून घडलेला खोटेपणा पुन्हा होऊ नये म्हणून सर्वसामान्य लोक प्रयत्न करतात. खोटेपणा टाळण्याचा प्रयत्न करतात.

पण काही लोक मुद्दाम, पुन्हा-पुन्हा खोटेपणा करत राहातात. या लबाडीला ते चातुर्य समजतात. व्यावसायिकता समजतात. स्वत:ला प्रोफेशनल म्हणवून घेतात.

एक दिवस त्यांच्या पापाचा घडा भरतो. 'विनाशकाले विपरीत बुद्धी' या म्हणीप्रमाणे त्यांचा विनाशकाल जवळ आल्यानेच त्यांना खोटे बोलण्याची विपरीत बुद्धी होत असते. त्यांचा विनाशकाल त्यांना शासन करण्यास तत्पर झालेला असतो. या सततच्या खोटे बोलण्यातून त्यांच्यावर एकदाच जहरी प्रहार होतो. मग त्या प्रहारातून तो उठू शकत नाही. नुकसान होते. विश्वासार्हता जाते. पुढचे कठीण होते.

***धाडस आणि बोलणे –***

बोलण्याचा संबंध माणसाच्या धाडसाशी नित्याने जोडला जातो. धाडसी माणूस असा बोलतो, असा बोलू शकतो, वगैरे!

धाडसी माणसाची छाप पडते. लोक त्याला घाबरून असतात. त्याची कामे होतात. त्याला यश मिळते.

जो धाडसी नसतो तो हवा तसा बोलत नाही. बोलू शकत नाही. त्यामुळे त्याची छाप पडत नाही. लोक त्याला घाबरत नाहीत. त्याची कामे होत नाहीत. त्याला यश मिळत नाही.

थोडक्यात काय तर, यशस्वी बोलण्यासाठी धाडसाची आवश्यकता असते. हे धाडस कसं असतं? आपल्या कृतीच्या संभाव्य परिणामांचा अंदाज घेणं, त्यावर संभाव्य उपाययोजना मनात तयार ठेवणं; आपल्या बोलण्याच्या आणि कृतीच्या संभाव्य परिणामांना तोंड देण्यास, त्या परिणामांची जबाबदारी स्वीकारण्यास शरीराने आणि मनाने तयार राहाणे. एवढी सगळी मनाची तयारी करून निश्चित रहाणाऱ्या माणसास धाडसी असे म्हणतात.

या उलट काही लोक असे असतात— त्यांना आपल्या बोलण्याच्या आणि कृतीच्या परिणामांचा अंदाज येत नाही. संभाव्य परिणामांचा विचार करूनच ज्यांची छाती धडधडते, त्या परिणामांना स्वीकारण्याची अथवा त्यांना तोंड देण्याची कुठलीही मानसिक आणि शारीरिक क्षमता ज्यांच्याकडे नसते त्यांना भित्रा असे म्हणतात.

याच अर्थच असा की चातुर्य, धूर्तपणा आणि 'प्रोफेशनल ॲप्रोच' बोलण्यातून व्यक्त व्हायचा असेल तर त्याच्याकडे धाडस हा गुण असणे आवश्यक आहे.

धाडस आणि मानसिकता यांचं अविभाज्य नातं आहेच. तरीही भीती ही सहजप्रवृत्ती आहे. धैर्य, धाडस मात्र जोपासावं लागतं. मघाशी आपण खोटेपणा, विपरीत बुद्धी आणि विनाशकाल हा प्रवास पाहिला. त्याला अगदीच समांतर असा, धाडस, विपरीत बुद्धी आणि विनाशकाल असाही प्रवास जातो. विपरीत धाडसाकडून माणसे आत्मघाताकडेही जातात.

धाडस दाखवताना ते उचित जागी, उचित वेळी आणि आवश्यक तेवढेच दाखवणे जरूरीचे आहे. तुम्हाला लोकांनी धाडसी म्हणावे या आत्मस्तुतीच्या नादात लोक नको ते बोलतात. नको तिथे, नको त्याच्यासमोर बोलतात. आणि संकटात सापडतात. नुकसान आणि घात करून घेतात.

***बोलणे आणि भाव –***

मन आणि संभाषण असा विचार करताना मनात उत्पन्न होणारे भाव अतिशय महत्त्वाचे ठरतात. बोलण्यात बळेच भाव आणायचे नसतात. तसे ते आणताही येत नाहीत. काही लोक तसं नाटक मात्र जरूर करू शकतात. पण ते नाटकच असल्याने त्याचे आयुष्य अत्यल्प असते. त्यातील खोटेपणा काही काळातच उघडकीस येतो. भाव आधी मनात असायला हवे. मग आपोआप ते बोलण्यात येतात. ते बोलणं भावयुक्त आणि आर्द्र वाटायला लागतं. बोलण्यातील कोरडेपणा जातो. बोलणे जिव्हाळ्याचे, मैत्रीचे वाटायला लागते. आपल्या माणसाचे वाटायला लागते.

आपल्या बोलण्यात खालील भाव असायलाच हवेत. किंवा ते आपोआप यायलाच हवेत. विहिरीत हवे, मग ते बादलीत येईल. तसे हे भाव आधी मनात असायला हवेत.

१. समता - माणसामाणसामध्ये कुठल्याही मुद्द्यावर भेद न करणे.

२. अस्तित्वाचा हक्क - समोरची व्यक्ती ही आपल्यासारखीच माणूस आहे. तिला खालील अधिकार आहेत. मनाप्रमाणे वागणे, बोलणे, जगणे. स्वतंत्र विचार करणे, स्वतंत्र मत मांडणे. भाव - भावना जपणे आणि व्यक्त करणे. स्वत:ची प्रगती करणे. स्वत:चे संरक्षण करणे.

३. मानवता- माणुसकी - दुसऱ्याचा जगण्याचा हक्क जपला जावा अशी तळमळ मनात असणे व त्यासाठी पुढाकार घेऊन स्वत: प्रयत्न करणे.

४. बंधुभाव - अतिशय आपुलकीची, जवळीक आणि आपलेपणाची भावना

बाळगणे.

५. तळमळ/तडफड - दुसऱ्यांबद्दल आपल्या मनात असलेले सकारात्मक भाव स्वत:स व इतरांस अतिशय तीव्रपणे जाणवणे.

६. कणव/दया - मनुष्य, प्राणी, पक्षी वगैरे दुसऱ्या कुठलाही जीवास होणाऱ्या दु:खाने स्वत:स दु:ख होणे.

७. प्रेम - वरील सर्व भाव एकत्र केल्यानंतर समोरच्या माणसाची काळजी वाटून त्यास व्यक्त/अव्यक्त स्वरूपात जे द्यावे वाटते त्याला प्रेम म्हणतात.

हे भाव मूलभूत स्वरूपात मनात असतील तर ते वाणीत उतरल्याशिवाय राहूच शकत नाहीत. तुमचे बोलणे दुसऱ्याला भिडल्याशिवाय राहूच शकत नाही.

## मन आणि अंतर्मन –

आपण पाहातो, वाचतो, ऐकतो, अनुभवतो. या सगळ्याचा मनावर परिणाम होतोच. त्याची तत्काळ प्रतिक्रिया मन प्रकट करतेच. आनंद, सुख, समाधान, दु:ख, भय, निराशा, धक्का, उत्तेजना, प्रेम, तिरस्कार, लालसा, वासना, सूड, त्याग वगैरे! या सगळ्या झाल्या मनाच्या तत्काळ प्रतिक्रिया. पण मनावर होणाऱ्या या परिणामांचा एक परिणाम असतो. तात्पर्य असते, निष्कर्ष असतो. तो आपल्या अंतर्मनावर नोंदला जातो. ही नोंद सकारात्मक अथवा नकारात्मक अशा दोन्ही स्वरूपात असू शकते. आपण एखादा अनुभव स्वीकारतो, घटना स्वीकारतो. त्यातून आपण जो तात्पर्य काढतो ते सकारात्मक असावे की नकारात्मक, हे आपल्या वृत्तीवर अवलंबून आहे.

आपण खालील उदाहरण पाहू या

"एका मित्रास तुम्ही वारंवार पैशाची मदत केलीत पण ज्यावेळी तुम्ही त्यास पहिल्यांदाच पैसे मागितले त्यावेळी तो नाही म्हणाला."

## नकारात्मक तात्पर्य –

लोक असेच असतात. खाऊन उलटणारे. लबाड! स्वत:स गरज असते तेव्हा माझ्यासमोर गयावया करतात, रडतात. मी काही श्रीमंत नाही. पण या मित्रास अनेक वेळा पैशाची मदत केली. अनेक खटपटी केल्या त्याच्यासाठी. स्वत:ची अडचण करून घेतली. पण मी एकदाच त्याला पैसे मागितले तर तो स्पष्टपणे नाही म्हणाला! लोक असं म्हणू शकतात? छे! जग चांगल्या लोकांचं नाही. यानंतर आता कुणालाही मदत करायची नाही.

***सकारात्मक तात्पर्य –***

अरेरे! बिचारा! मी त्याला अनेकदा पैशाची मदत केली. त्याला एकदाच मागितले पण बिचारा नाही देऊ शकला. त्याला नेमकी त्याच वेळी अडचण आली. त्याला किती वाईट वाटले असेल. शरमल्यासारखं, लाजल्यासारखं झालं असेल. बिचाऱ्यानं लाजेमुळे काही दिवस तोंडही दाखवले नाही. असो! अशी वेळ शक्यतो कुणावर येऊ नये. आलीच तर त्याला मदत करण्याचं बळ परमेश्वरानं मला द्यावं.

घटना घडून जाते. अनुभव येऊन जातो. मन त्याचं पृथ:करण करून त्याचा निष्कर्ष अंतर्मनावर नोंदवून टाकतं. अंतर्मनावरच्या याच नोंदी संदर्भ म्हणून कायमस्वरूपी तिथे रहातात. आणि पुढे इतर घटना आणि अनुभवामध्ये प्रगट मनास मार्गदर्शन करतात.

म्हणून या नोंदी सकारात्मकच व्हायला हव्यात. आंतरमनावरील नोंदी जास्ती जास्त सकारात्मक संदर्भानी भरून जायला हव्यात. हेच सकारात्मक संदर्भ पुढील जीवनात सतत मार्गदर्शन करून अवघं जीवन सकारात्मक करून टाकतात.

'या सगळ्याचा परिणाम म्हणून तुमचं बोलणं सकारात्मक होतं.'

अंतर्मनावर जर नकारात्मक नोंदी झाल्या असतील तर प्रयत्नपूर्वक त्या काढून टाका. आणि त्या बदल्यात सकारात्मक नोंदी करा. थोडक्यात अंर्तमनात वेळावेळी पडलेली/साठलेली घाण वारंवार उपसून बाहेर फेका आणि त्यात चांगले भरा.

यामुळे मनामध्ये कधीही नैराश्य येणार नाही. मनातच नैराश्य नसल्याने बोलण्यात, वाणीतही येणार नाही. वाणी सकारात्मक होईल. स्वत:स तर बळ देईलच, पण ऐकणाऱ्यासही देईल.

***आत्मचिंतन / अंतर्मुख –***

एखादे वेळी आपले बोलणे चुकते. फसते. समोरचा माणूस दुखावला जातो. रागावला जातो. समोरचा माणूस कधी प्रचंड संतापतो. रागाने अद्वातद्वा बोलून जातो. पुन्हा न बोलण्याची शपथ घेतो. आयुष्यात पुन्हा तोंडही न पाहाण्याची शपथ घेतो. एखादी मुस्काटतही मारू शकतो.

एखादा रडतो. त्रागा करतो. स्वत:स त्रास करून घेतो.

चुकीच्या बोलण्याने माणूस तुटू शकतो. आर्थिक नुकसान होऊ शकते. संधी हातातून जाते. मुलाखत अयशस्वी होऊन नोकरीची संधी हातातून जाऊ शकते. भाषण अयशस्वी होऊ शकतं. फसू शकतं. स्वत:च्या उणिवांची, कमतरतांची

जाहिरात होऊ शकते. माणसांमध्ये आपली प्रतिमा भंपक, येडचाप, मूर्ख अशी होऊ शकते.

असं घडल्यानंतर सर्वसामान्य माणूस स्वत:स खूपच त्रास करून घेतो. त्रागा करतो. आत्मक्लेश करून घेतो. दुसऱ्यास दोष देतो. दुसऱ्याच्या नावाने बोटे मोडतो. दुसऱ्याच्या नावाने शिवीगाळ करतो. हे सगळं चूक आहे. कारण अशा वागण्याने आपलं फसलेलं बोलणं दुरुस्त होण्याची कुठलीही शक्यता नाही. किंवा याच चुका भविष्यात होणार नाहीत अशी कुठलीही खात्री नाही. त्यामुळे आत्मक्लेश अथवा आत्मपीडन या मार्गानं जाऊ नये.

आत्मचिंतनाच्या मार्गानं जावे. अंतर्मुख व्हावे. स्वत:शी संवाद साधावा. या मार्गाने आपण आपल्या बोलण्यातील चुकांचे पृथक्करण करू शकतो. आपण बोलताना जिथे फसलो, चुकलो तो प्रसंग पुन्हा पुन्हा आठवावा. कुठपासून चुकायला सुरुवात झाली ते शोधावे. कुठपर्यंत चुकत गेलो याचा अभ्यास करावा.

एकदा हे व्यवस्थित घडू शकले की स्वत:शीच सविस्तर संवाद करता येतो. मनाला पुन्हा पुन्हा समजावून सांगता येते.

"बाबा रे, मना! का चुकलास? काही कळले का? नीट ऐक. तू आधी विचार करताना चुकलास. म्हणून बोलताना चुकलास. तू आधी विचार करण्याची पद्धत दुरुस्त कर. विचार करण्याची दिशा, वेग दुरुस्त कर. विचारांचा प्रवास, विचारांची प्रक्रिया दुरुस्त कर. एकदा या दुरुस्त्या केल्या की बोलताना चुकणार नाहीस. चुकीचे बोलणे तोंडातून बाहेर पडण्यापूर्वी दहा वेळा मनातच जिभेला सावध करेल. खरं तर त्याआधी अंतर्मन, प्रकट मनाला इशारा देईल. चुकीचे बोलणे होणार नाही."

एखादे वेळी आपण खूपच योग्य आणि बरोबर अचूक बोलतो. त्यामुळे आपला फायदा होतो. मानमरातब वाढतो. दुसऱ्यास आणि स्वत:सही सुख-समाधान मिळते. असे जेव्हा लक्षात येते तेव्हा आपल्या अशा बोलण्याचाही नीट अभ्यास करावा. आपला बोलण्याचे स्वरूप नीट तपासावे. त्यावर अंतर्मुख व्हावे. आपल्या त्यावेळच्या बोलण्यातले नेमके वेगळेपण शोधावे आणि तेच वेगळेपण पुन्हापुन्हा, सतत, शक्य तितक्या वेळा वापरण्याच्या प्रयत्न करावा. बोलणे आपोआप सुधारत जाईल. निर्दोष होत जाईल.

आपल्या कुठल्या बोलण्यामुळे आपण नुकसानीत जातो आणि कुठल्या बोलण्यामुळे फायद्यात जातो हा विचार केंद्रगामी असावा.

काही लोकांना बोलल्यानंतर पश्चात्ताप होतो. पश्चात्ताप होणे ही चांगली गोष्ट

आहे. पण हे पश्चात्ताप पावणे तेवढ्यापुरतेच असावे. त्या पश्चात्तापातच स्वत:चा जीव जाळत दिवस-रात्र वाया घालवू नये. पश्चात्तापाचा तो क्षण पुढे सरकला की, पुढच्या क्षणाला पुढचा विचार करावा. आता मी काय करू शकतो. असा विचार करावा. बोलताना पुन्हा अशी चूक होणार नाही. यासाठी काय करता येईल, याचा विचार करावा. आपल्या बोलण्यातील चुकीमुळे कुणी दुखावले गेले असेल, विनाकारण दुखावले गेले असेल तर पटकन त्याची माफी मागावी. त्याची समजूत काढावी. माणूस तुटू देऊ नये.

कधी आर्थिक खड्डा पडतो. कधी लौकिक खड्डा पडतो. अशा वेळी त्या खड्ड्यांशेजारी आर्थिक आणि लौकिक मिळकतीचा डोंगर उभा करावा. नुकसान विसरून जावे. पटकन सावरावे. पटकन पुढच्या क्षणास सामोरे जावे.

आपले संभाषण अथवा बोलणे यावर आपल्या मानसिक शहाणपणाचे फारच प्राबल्य असते. या मानसिक शहाणपणात मनाची अवस्था, मानसिकता, वृत्ती, विचार करण्याची पद्धत, धूर्तपणा, धोरण, चातुर्य, धाडस वगैरे बऱ्याच गोष्टींचा समावेश असतो. बोलणे यशस्वी होण्याचा साधा मंत्र म्हणजे मन सकारात्मक आणि प्रसन्न ठेवणे हा आहे. पण हा मंत्र तितकासा सोपा मात्र नाही.

मनास सदैव सकारात्मक कसे ठेवावे, प्रसन्न कसे ठेवावे आणि कायम सुखातच कसे राहावे याचे सखोल आणि सविस्तर विवेचन मी माझ्या ''सुख येता तुमच्या दारी'' या पुस्तकात केले आहे. आपल्याला जिज्ञासा असेल तर हे पुस्तक जरूर वाचावे.

शेवटी हेच खरे!
''मन करा रे प्रसन्न, सर्व सिद्धीचे साधन।।''

❑❑

# –९–

# व्यक्तिमत्त्व आणि संभाषण

"व्यक्तिमत्त्व चांगलं हवं" असं नेहमीच म्हटलं जातं. बहुतेक वेळा आपण जसे दिसतो त्याला आपले व्यक्तिमत्व म्हटले जाते. समजले जाते. मला वाटते आपण जे असतो त्याला आपले व्यक्तिमत्त्व असे म्हणावे.

दिसणारं व्यक्तिमत्त्व सजविण्यासाठी बरचं काही खर्चिक काम करावं लागतं. बरेच काही बाहेरून आयात करावं लागतं.

उदाहरणार्थ —

१. आकर्षक देहयष्टी हवी असेल तर महागड्या व्यायाम शाळेत जायला हवं. विशिष्ट व्यायाम करायला हवा. त्याला विशिष्ट यंत्रे हवीत. विशिष्ट प्रकारचे डब्यातले पावडरीचे अन्न हवे.

२. कपडे उंची, किंमती आणि आकर्षक हवेत. कपड्यांची निगा राखण्यासाठी वेगळा खर्च हवाच. आणि हो! वेगवेगळ्या सुटावर वेगळा बूट हवा.

३. गळ्यात सोन्याची चेन हवी. मनगटात ब्रेसलेट, बोटात अंगठ्या हव्यात.

४. झकपक, महागडी मोटार कार हवी. सोबत पी. ए. किंवा सेक्रेटरी हवा.

५. पैसे देऊन आणलेल्या माणसांचा सभोवती गराडा असायला हवा.

एवढं करूनही तो प्रभावी बोलू शकला नाही तर समोरच्या व्यक्तिवर त्याची छाप पडू शकेल? मग एवढ्या खर्चाचा उपयोग काय?

मला वाटतं, आपलं असणं हे असतं आपलं व्यक्तिमत्त्व! आणि ते स्वच्छ सुंदर, आकर्षक ठेवण्यासाठी लागतं ते फक्त एक सकारात्मक, प्रसन्न आणि बळकट मन.

आपल्या व्यक्तिमत्त्वाचा नव्वद टक्के भाग हे आपले बोलणे आणि आपले वागणे म्हणूनच ओळखला जातो. लोकांना वाटतं, बाह्य गोष्टी सुधारल्या की

आपल्या बोलण्याला आपोआप वजन येईल. शरीरयष्टी, कपडे, अलंकार, मोटारकार, बंगला, नोकरचाकर हे असले की आपले बोलणे खुलेल. आपोआप खुलेल. तसं होत नाही. प्रयत्न करून आधी बोलणं खुलवावं लागतं. एकदा चांगलं आणि प्रभावी बोलता यायला लागलं की, कपडे, अलंकार, मोटारकार, बंगला, नोकरचाकर हे आपोआप आपल्याकडे चालत येतं.

मुळात बोलण्याचा (कर्तृत्वाचा) आणि दिसण्याचा तर काडीमात्र संबंध नाही. ज्यांना परमेश्वरकृपेनं जन्मत:च सौंदर्य लाभलेलं आहे त्याचा त्यांनी उपयोग करून घ्यावा. पण त्याच्यावाचून काहीही अडलेलं नाही. बोलण्याचा (कर्तृत्वाचा) आणि असण्याचा संबंध आहे.

नट जेव्हा नटून रंगभूमीवर येतो. तेव्हा तो दिसताक्षणी आपण वा! अहाहा! असे म्हणतो. कारण तो देखणा दिसत असतो. पण पुढे तो प्रभावहीन बोलला, निस्तेज बोलला तर अरेरे! म्हणण्याची पाळी येते. सिनेमा इंडस्ट्रीजमध्ये असे देखणे नट खूप आहेत. पण प्रभावी बोलता येत नसल्यामुळे त्यांना ठोकळा असे म्हटले गेले. असे कितीतरी निर्जीव ठोकळे सिनेमा इंडस्ट्रीमध्ये आहेत जे कर्तृत्व गाजवू शकले नाहीत, नाव कमवू शकले नाहीत. पण विशेष सौंदर्य न लाभलेले अशोक सराफ, ओम पुरी, जॉनी लिव्हर, परेश रावल, बोमन इराणी, अनुपम खेर अशा नटांनी आपल्या बोलण्याच्या सामर्थ्यांवर इंडस्ट्री गाजवून सोडली.

थोडक्यात, आपलं असणं सुधारलं पाहिजे. आपलं असणं सुधारण्यासाठी काही मूलभुत गुणांचा अंतर्भाव आपल्या असण्यामध्ये करायला हवा. तुम्हाला प्रथमदर्शनी हे अवघड किंवा नकोसं वाटेल. पण लक्षात ठेवा, मी सांगतो या गोष्टींचा अंतर्भाव तुम्ही तुमच्या असण्यामध्ये करून तुमचं व्यक्तिमत्त्व समृद्ध करू शकता. या गोष्टी आत्मसात करण्यासाठी फार मोठी तपश्चर्या करण्याची गरज नाही. किंवा कुठे शिकवणीला जाण्याचीही गरज नाही. सध्याचं रोजचं जे दैनंदिन जगणं आहे ते जगता जगताच आपल्या बोलण्यात, वागण्यात, विचारात, कृतीत, वृत्तीत थोडा बदल केला तर आपलं असणं हे अलंकारमय होऊ शकतं. जे आपल्याला चांगलं आणि परिणामकारक बोलायला शिकवतं, एक एक गोष्ट पाहू या पुनरावृत्ती नाही.

नीट लक्ष देऊन वाचा

***१. सकारात्मकता –***

जे घडलं ते जसंच्या तसं स्वीकारलं की मनाची सकारात्मकतेकडे वाटचाल चालू होते. त्या त्या क्षणी, जे हातात आहे ते केलं, आणि जे हाताबाहेर आहे ते त्याच क्षणी सोडून दिलं की कृतीची सकारात्मकतेकडे वाटचाल चालू होते.

जीवन जसं आहे तसं स्वीकारणं हा सकारात्मकतेचा मूळ गाभा आहे. जीवनाला बदलण्यासाठी, परिस्थितीला बदलण्यासाठी, लोकांना बदलण्यासाठी स्वत:ला पणाला न लावता, या सगळ्याला अनुरूप असा बदल स्वत:मध्ये करणं आणि सगळ्याला सामोरं जाणं ही सकारात्मकतेची व्याप्ती आणि विशालता आहे.

हे सोपं आहे. करून पाहायला हवं. सुरुवात करायला हवी. जादूची कांडी फिरवल्यासारखं एकदम होणार नाही. कारण हा रंगरूपातला बदल नाही. हा वृत्तीतील बदल आहे. पटकन होऊन तात्पुरता टिकणारा नसून, सावकाश, संथपणे होऊन कायमस्वरूपी राहाणारा आहे. आणि हीच सकारात्मक वृत्ती आयुष्य सावरणारी आहे. तारणारी आहे. व्यक्तिमत्त्व खुलवणारी आहे. बोलणं नितांत सुंदर करणारी आहे.

## २. ध्येय –

प्रत्येकानं एकदा असा विचार करावा की आपल्याला काय हवं आहे. कुणाकडून असं नव्हे, तर एकूण आयुष्याकडूनच काय हवं आहे. आपल्या वृत्तीचा-विचारांचा-भावनांचा मागोवा घेतला की आपली स्वत:ची आवड-निवड स्वत:ला निश्चित माहीत होते. या आवडी-निवडीतूनच आपलं ध्येय निश्चित होतं.

कुठं जायचं हे निश्चित झालं की तिथे पोचणाऱ्या अनेक वाटा, अनेक रस्ते दिसू लागतात. आपल्या क्षमतेनुसार वाट निवडायची आणि त्या वाटेवर चालू लागायचं. निश्चित प्रवास आणि ठाम वाटचाल चालू होते. ही निश्चिती, हा ठामपणा तुमच्या व्यक्तिमत्त्वात आणि तुमच्या बोलण्यात उतरतो.

तुमच्या बोलण्यातील हा ठामपणा लोकांना आवडतो. परिणामकारक वाटतो.

## ३. प्रयत्न –

आपल्या क्षमतेनुसार रस्ता निवडायचा आणि चालायला सुरुवात करायची हे ठीक आहे. पण हे चालणं आपोआप होत नसतं. ते अगदीच साधं, सरळ, सोपं आणि सहज असतं असं समजण्याचं कारण नाही. चालण्यासाठी प्रयत्न करावा लागतो.

रस्ता खराब असू शकतो. वाहन खराब होऊ शकतं. वाहनांची खूप गर्दी असणं, समोरून एखादी भली मोठी अडचण आडवी येणे; वादळवारा, उन्हाचा चटका, पावसाचे थैमान, अंधार, भूकंप, चोर अशा समस्या येऊ शकतात. हे सगळं ठीक असेल तरी स्वत:चीच तब्येत बिघडू शकते.

प्रतिकूलतेची ही काही प्रतीकात्मक उदाहरणे झाली. अशा समस्या आडव्या

आल्या की चालणे सहजासहजी होत नाही. त्यासाठी प्रयत्न करावा लागतो.

एखाद्या गोष्टीच्या प्राप्तीसाठी किंवा ती गोष्ट घडविण्यासाठी विशेष-वेगळे कष्ट, शिस्तबद्ध, तर्कशुद्ध आणि शास्त्रशुद्ध कष्ट घेणे याला प्रयत्न असे म्हणतात.

या प्रयत्नानं शरीराला आणि मनाला नवीन चेतना मिळते. नवीन तजेला मिळतो. मनात, शरीरात नवनव्या कृतींचा आलेख तयार होतो. तो आलेख जिवंत करण्यासाठी माणसाची निर्णयक्षमता वाढते, आत्मविश्वास वाढतो. तो बोलण्यातून दिसू लागतो. ऐकणाऱ्याला जाणवू लागतो.

असे आत्मविश्वासाने युक्त बोलणे लोकांवर परिणाम करते. लोकांना आवडते.

### ४. साहस / पुरुषार्थ –

साहस, धैर्य जोपासावं लागतं. प्रयत्नानं निर्माण करावं लागतं. ध्येय, वाट आणि प्रयत्न या सगळ्यावर समप्रमाणात प्रभाव टाकणारा घटक म्हणजे साहस, धैर्य!

धाडस म्हणजे जाणून बुजून बळेच खड्ड्यात उडी मारणं नव्हे. साहस म्हणजे आत्महत्त्या नव्हे. पुरुषार्थ म्हणजे आत्मघात नव्हे.

असं असलं तरी जगताना किमान धाडस, किमान साहस दाखवावंच लागतं. किमान पुरुषार्थ हा वृत्तीतून आणि कृतीतून दिसावाच लागतो. ह्या पुरुषार्थासाठी आणि किमान धाडसासाठी इंग्रजीमध्ये एक सुंदर शब्द आहे. 'कॅलक्यूलेटेड रिस्क'

जगात, भित्र्या लोकांइतके दुर्दैवी कुणीही नाही. अशा भित्र्या लोकांचे सगळे मनात असते. पण काही बोलू शकत नाहीत. काही करू शकत नाही. भीती वाटते. परिणामांची भीती वाटते. ध्येय, वाट, प्रयत्न हे सगळं डोळ्यांना दिसतं. कळतं पण हातून काही होत नाही. कृतीतून काही होत नाही. कारण भीती! परिणामांची भीती.

एखाद्या गोष्टीचा परिणाम स्वीकारण्याची मनाची तयारी नसणे म्हणजे भीती. तशी तयारी करायची असेल तर आधी परिणामांचा अंदाज घ्यायला हवा. त्याची व्याप्ती ठरवायला हवी. आणि तो स्वीकारण्याची, सहन करण्याची, मनाची तयारी आधीच करायला हवी.

मनासारखे घडले तर आनंद आणि मनाविरुद्ध घडले तर स्वीकारण्याची सहन करण्याची तयारी असे घडले की ध्येय, वाट, प्रयत्न या गोष्टी पुरुषार्थाच्या भक्कम चौकटीत येतात.

पुरुर्थानं जगणारे लोक चांगलं वागू शकतात. चांगलं आणि परिणामकारक बोलू शकतात.

## ५. आसक्ति, अप्रूप –

काही लोक स्वभावतःच निरुत्साही दिसतात. प्रत्यक्षातही निरिच्छ असतात. ध्येय वगैरे असेल पण त्याबद्दल कणभरही ओढ किंवा आसक्ती नसते. मिळाले तर मिळाले, घडले तर घडले असा सारा मामला असतो. घडले तरी त्याचे फार अप्रूप नाही. नाही घडले तरी त्याचे फार दुःख नाही.

ही माणसे विरक्त किंवा संत अवस्थेत पोचलेली नसतात. त्यांच्या मनातले भाव-भावनांचे आणि विचार-विकारांचे व्यवहार सर्वसामान्यांइतकेच तीव्रपणे चालू असतात. पण ते चेहऱ्यावर दिसत नाहीत. वृत्तीत जाणवत नाहीत. त्यामुळे या लोकांच्या बोलण्यामध्ये कसलाही कस जाणवत नाही. जिवंतपणा जाणवत नाही. असे बोलणे प्रभावी आणि परिणामकारक वाटत नाही.

मला वाटतं, एखाद्याला त्याग आणि विरक्ती जरी समजून सांगायची असेल तरी ती विरक्तपणे सांगता कामा नये. त्याग आणि विरक्तीबद्दल सुद्धा आसक्त होऊन बोलले पाहिजे.

जीवनाच्या सर्व बाजूंसाठी मनाची तयारी ठेवावी हे ठीकच आहे. पण एकूण जीवन आणि त्यातला प्रत्येक क्षण अतिशय मनस्वीपणे आणि आसक्त होऊन जगला पाहिजे. त्या क्षणाचा पूर्ण आनंद घेत जगला पाहिजे. मनाने तो आनंद व्यक्त केला पाहिजे. आळस नको. कंटाळा नको.

असे झाले की, जगण्यातली मनस्विता तुमच्या बोलण्यात उमटेल. बोलणे प्रभावी होईल.

## ६. प्रेम –

मनात प्रेम बाळगणं फार गरजेचं आहे. अनुकूल परिस्थितीमध्ये मनात प्रेम बाळगणं फार सोपं जातं. उदा. आर्थिक परिस्थिती उत्तम आहे. आई-वडील, बायको-मुले, बहीण-भाऊ सगळेच सुस्वभावी आहेत. प्रेमळ आहेत. नातेवाईक स्नेहात आहेत. शेजारी चांगले आहेत. ऑफीसमधील सहकारी चांगले आहेत. घरातील सगळ्यांचे आरोग्य चांगले आहे. अशा वेळी एकूणच जीवनाबद्दल मनात प्रेम बाळगणं सोपं जातं. पण वरीलपैकी एखादा जरी घटक प्रतिकूल असेल तर? उदाहरणार्थ ,

आर्थिक समस्येनं हैराण आहे.

वडील दारुडे आणि न कमावणारे आहेत.

आई वाईट चालीची आहे.

बायको विकृत आणि वेडसर आहे. ती तुम्हालाच झाडूनं मारते.
मुलं तुम्हाला तोंडावर शिव्या देतात.
नातेवाईक ढुंकूनही पाहात नाहीत.
मित्र-स्नेही वेळेला पाठ फिरवतात.
शेजारी तुमचा तिरस्कार करतात.
कट-कारस्थानं रचतात.

वरीलपैकी एक जरी घटक असा त्रासदायक असेल तर मन कटुतेनं भरून जातं. एरव्ही छान असलेलं बोलणं तिरकस होतं. चिडचिड-संताप यानं भरून जातं. अशा बोलण्याचा काय चांगला परिणाम होणार?

प्रतिकूल गोष्टीसही जीवनाचाच एक भाग मानून स्वीकारावा आणि त्याची टोचणारी धार कमी करावी. आयुष्यातील इतर अनुकूल घटकांचे उदात्तीकरण करावे आणि त्यात प्रतिकूल घटक गाडून टाकावा. परमेश्वर हा प्रेमाचा अनंत साठा आहे. त्याच्याशी दृढ राहावे. मनात प्रेम टिकते. भरून राहाते. बोलण्यात उमटते. बोलणे प्रभावी आणि परिणामकारक होते.

### ७. *समता-बंधुत्व –*

माणसा-माणसामध्ये भेद करण्याची वृत्ती हळूहळू निवळते आहे. ही फार मोठी आनंदाची बाब आहे. असे धोरण निवळायला वेळ लागेल हे सत्य तरीही उरतेच.

स्वत:चे श्रेष्ठत्व मनात बाळगण्याची आणि ते चारचौघात मिरवण्याची माणसाला किती हौस! जगण्याच्या एकूण हिशोबात ही हौस नसून माझ्या नजरेत अडाणीपणा आहे. आम्ही तो अडाणीपणा मात्र खूप उद्धटपणे जपला आहे, जात, धर्म, वंश, आर्थिक स्तर यावरून माणसामाणसामध्ये उच्च-नीच असा भेदभाव करण्याची मोठी परंपराच आपल्याकडे होती. खरं तर, जो खरंच उच्चपदी असतो, मोठा असतो तो नम्र असतो आणि तो बहुधा समानतावादी असतो.

पण ज्यांच्याकडे कर्तृत्वाची बोंब असते असे लोक परंपरेनं मिळवलेले श्रेष्ठत्व टिकविण्यासाठी जिवाचा आटापिटा करतात. याच खटपटीत ते दुसऱ्याला कमी लेखण्याचा आणि नावे ठेवण्याचा नकारात्मक मार्ग स्वीकारतात. त्यामुळे त्यांचे बोलणे कुजकट, खवचट, दुर्गंधीयुक्त बनत जाते. अशा लोकांची वाणी प्रभावहीन, परिणामशून्य बनते.

आपण असा अडाणीपणा करू नये. विश्वातल्या प्रत्येक थोर संतानं समानतेचा

संदेश दिला आहे. माणसा-माणसामध्ये उच्च-नीच असा भेद करून कुणासही तसे वागवू नये.

प्रत्येकास मायेनं, प्रेमानं आपला म्हणून जवळ घ्यावे. बोलण्यात अत्यंत प्रभावी आणि परिणामकारक असा गोडवा निर्माण होईल.

### ८. मानवता-माणुसकी –

मनामध्ये अपार मानवता आणि माणुसकी असायला हवी. या माणुसकीमुळे दुसऱ्यांचे दु:ख पाहून आपला जीव कळवळतो. दुसऱ्याच्या जागी आपण स्वत: उभे राहून त्याच्या दु:खाची कल्पना करू शकतो.

मानवता याचा अर्थच मुळी दुसऱ्याचा जगण्याचा हक्क गृहीत धरणं. सुख मिळवणे, प्रगती करणे, स्वत:चे संरक्षण करणे, स्वत:चे भावविश्व आणि विचारविश्व असणे, याचा हक्क गृहीत धरणं. दुसऱ्याचा हक्क त्याला मिळावा, त्या हक्काचं रक्षण व्हावं यासाठी स्वत: झगडणं.

मानवता-माणुसकी ही भावना, ही जाणीव मनात असणं ही झाली पहिली पायरी. ही भावना आणि जाणीव कृतीत उतरणं ही पुढची पायरी. त्यासाठी सहकार्य, मदत, परोपकार हे कृतीतून बाहेर येणं आवश्यक आहे. आणि हे कृतीतून बाहेर येताना दुसऱ्यावर उपकार केल्याचा आविर्भाव नको. इथे दुसऱ्यावर दया करायची नसून दुसऱ्याची सेवा करायची आहे.

दुसऱ्यासाठी केली जाणारी प्रत्येक गोष्ट परमेश्वराची सेवा म्हणून करा. मानवता, माणुसकी या शब्दांचे वेगळे अर्थ शोधण्याची गरज पडणार नाही. बोलण्यामध्ये सात्त्विकता आणण्यासाठी वेगळे उपाय करण्याची गरज लागणार नाही.

### ९. सोशल ॲप्रोच –

समता, बंधुत्व, मानवता, माणुसकी, सहकार्य, परोपकार, सेवा या सगळ्यांना एकत्र केले की त्यातून सोशल ॲप्रोच तयार होतो.

'तो खूप सोशल आहे. ती खूप सोशल आहे.' असं काही लोकांबद्दल बोललं जातं. एखादा माणूस सोशल असल्याचा विशेष वेगळा उल्लेख केला जातो. 'सोशल' असणं हे व्यक्तिमत्त्वाचं एक वैशिष्ट्य आहे. सोशल माणसाला समाजात वेगळी किंमत, वेगळे महत्त्व मिळते. त्याचं बोलणं विशेष प्रभावी आणि परिणामकारक होतं.

### १०. विनोदी स्वभाव –

विनोदी बोलणारा, हसवणारा माणूस सर्व ठिकाणी प्रिय असतो. कुटुंबात, समूहात, कार्यक्रमात, सहलीमध्ये सगळीकडेच हवाहवासा असतो. "अरे, त्याला

बरोबर घ्या'' असे विनोदी माणसाबाबत नेहमीच म्हटले जाते.

विनोदी बोलता यायला हवं. विनोदाची खूप अंगे आहेत. लोकांच्या वागण्या-बोलण्यातील खालील गोष्टींचे नीट निरीक्षण करा.

उदाहरणार्थ —

१. ढोंग

२. खोटेपणा

३. विरोधाभास

४. उसने अवसान

५. अतिशयोक्ती

६. अपेक्षाभंग

७. व्यंग

८. विशिष्ट सवयी / लकबी

९. फजिती

१०. लपवाछपवी

या आणि अशा गोष्टींवर आपली एक मार्मिक आणि मिश्किल टिप्पणी हवी. अर्थातच कुणालाही न टोचणारी न बोचणारी. कुणाचंही मन न दुखावणारी, कुणालाही नावे न ठेवणारी! अशी टिप्पणी आपण करू शकलो तर लोक निर्मळपणे आणि निर्भेळपणे हसतात. लोकांना तुम्ही हवेहवेसे वाटता

विनोदी उदाहरणे, विनोदी गोष्टी, विनोदी किस्से यांचा भरपूर मोठा खजिना तुमच्या संग्रही हवा. हा खजिना सतत वाढता हवा. योग्य वेळी, योग्य प्रसंगी या खजिन्यातील दौलतीचा वापर करता आला पाहिजे. एकाच समूहापुढे तोच किस्सा पुन्हा सांगितला जाणार नाही. यासाठी दक्ष असले पाहिजे.

असे झाले की, आपले बोलणे इतरांस ऐकावेसे वाटेल. या बोलण्यासाठी आपल्याला खास बोलावणे येईल.

## ११. हजरजबाबी –

विचार करून बोलणे केव्हाही चांगले. सुरक्षित तर तेच आहे, पण तरीही विचार करून बोलणाऱ्या लोकांच्या प्रतिक्रिया स्लो असतात. असे बोलणे अर्थाने परिपूर्ण असेलही पण तरीही कधी कंटाळवाणे वाटू शकते.

आपले वाक्य अथवा प्रश्न संपताक्षणीच काही लोक त्याचे उत्तर देऊन मोकळे होतात. अशा लोकांना हजरजबाबी म्हणतात.

पण समोरच्या व्यक्तीचे वाक्य अथवा प्रश्न संपण्यापूर्वीच त्याचे उत्तर देणाऱ्या लोकांना मूर्ख म्हणतात.

हजरजबाबी माणसाचं उत्तर जर अचूक अथवा मनोरंजक असल, चातुर्याने युक्त असेल तर त्याचे कौतुक होते. तसे नसेल तर त्याची गणना मूर्खात होते. हजरजबाबी व्हायचे असेल तर शब्दभांडवल आणि शब्दचातुर्य तर हवेच. पण बहुतेक विषयांवर आपला विचार आधीच पूर्ण झालेला असणं आवश्यक आहे. आणि यासाठी वैचारिक परिपक्वता असणे अत्यंत गरजेचे आहे.

इंग्रजीमध्ये 'थॉट प्रोसेस' असे म्हणतात. मराठीमध्ये आपण वैचारिक प्रक्रिया म्हणूया. ज्याची वैचारिक प्रक्रिया अचूक आणि पूर्ण असते त्याची बहुतेक विषयावरची मते ही निश्चित आणि ठाम असतात. तिथे द्विधा मनस्थिती नसते किंवा ती मते बदलण्याचाही प्रश्न नसतो. अशा लोकांना मत व्यक्त करण्यास विलंब लागत नाही.

असा हजरजबाबी माणूस लोकप्रिय तर होतोच पण ज्ञानी म्हणूनही नावारूपास येतो. कारण त्याच्या बोलण्याचा प्रभाव पडतो.

### *१२. सामान्यज्ञान –*

माणसाकडे ज्ञान हवं. सामान्यज्ञान असं उगाच मिळत नाही. त्यासाठी प्रयत्न करावा लागतो.

ज्ञानासाठी प्रवास करायला हवा. जो माणूस भरपूर प्रवास करतो तो इतरांपेक्षा नक्कीच अधिक ज्ञानी आणि शहाणा होतो. प्रवासातील अनुभव त्या माणसास संपन्न करून सोडतात. प्रवास माणसाला जगायला शिकवतो.

आधी स्वतःच्या तालुक्यात प्रवास करावा. मग जिल्ह्यात, राज्यात, देशात करावा. ज्ञानार्जनासाठी इतकेही पुरे होते.

संधी मिळाली तर परदेशात जावे. इंग्लंड, अमेरिका, फ्रान्स, ऑस्ट्रेलिया वगैरे देश शिक्षण, संशोधन आणि तार्किक विचारसरणी याबाबतीत आपल्या पुढे आहेत. हे त्याचं पुढारलेपण उद्योग, व्यवसाय, शेती, कला, खेळ, संगीत, राजकारण या सगळ्यात परावर्तित झालेलं आहे. पण केवळ ज्ञानाच्या पूर्ततेसाठी परदेशात जायलाच हवे असे नाही. भारतात भरपूर ज्ञान आहे.

भारतातच डोळसपणे जगायला हवं. प्रथम भरपूर वाचायला हवं. आचार्य अत्रे म्हणत, 'माणसाला वाचनाचा खुराक हवा. लेखकाला तर हवाच. मणभर वाचावं आणि मग पावशेर लिहावं.' भारताबाहेरील देशातील जागतिक दर्जाचं साहित्य आणि माहितीपर लेखन बहुधा आपल्या मातृभाषेत भाषांतरित झालेलं

असतंच. ते वाचावं

आपल्या देशाचा इतिहास आपल्याला नीट माहिती हवा. तो वाचायला हवा. देशाचा आणि परदेशाचा भूगोल वाचायला हवा. लोक, संस्कृती यांची माहिती हवी. समाजशास्त्र, राज्यशास्त्रातून तर्कशास्त्र, अर्थशास्त्र, तत्त्वज्ञान, अध्यात्म, संतपरंपरा, संतसाहित्य हे सगळं थोडं थोडं तरी वाचायला हवं.

नुसतं पाहाणं आणि ऐकणं नको. कारण त्यात सोडून देण्याचा भाग अधिक असतो. पाहायचं ते आरपार. ऐकायचं ते जिवाचा कान करून. पाहून, ऐकून ते समजलं पाहिजे. त्याचा अर्क आणि तात्पर्य काढता आले पाहिजे. आणि ते तात्पर्य ज्ञान म्हणून आपल्या अप्रगट मनावर नोंदलं गेलं पाहिजे.

असं ज्ञान वाढलं की जबाब आणि हजरजबाब प्रभावी होतो. परिणामकारक होतो.

## १३. *शिष्टाचार –*

आपण रोज एकमेकांना भेटतो. एकमेकांना नमस्कार म्हणतो. सुस्वागतम म्हणतो. गुडमॉर्निंग, गुडआफ्टरनून, गुडइव्हिनिंग, गुडनाईट म्हणतो. आपण कसे आहात? घरातले सगळे करते आहेत? असे विचारतो.

'रोजच भेटतो. मग रोजच कशाला असे म्हणायचे? रोजच कशाला असे विचारायचे?' असा विचार करून काही लोक असे म्हणणे किंवा विचारणे बंद करतात. त्यांच्याविषयी मग लोकांमध्ये गैरसमज निर्माण होऊ शकतो. त्यांच्यावर शिष्ट, उद्धट असा शिक्का बसू शकतो

शिष्टाचार, आगत-स्वागत, संबोधन अशा गोष्टी रोज, नित्यनेमाने पाळाव्यात. खुशाली विचारावी. जे लोक असे करतात त्यांच्या वाणीतील आदब, जिव्हाळा, आपलेपणा सतत टिकून रहातो. बोलणे प्रभावी आणि परिणामकारक होते.

अशा प्रकारे आपण आपलं असणं सुधारू शकतो. वरील गुणांचे अलंकार आपल्या व्यक्तिमत्त्वावर चढवू शकतो. व्यक्तिमत्त्व देखणं, सुशोभित करू शकतो.

बोलणं प्रभावी आणि परिणामकारक करू शकतो.

॥ □□ ॥

# –१०–

# बोलणे : काही पथ्यपाणी

***अनोळखी समूहामध्ये जाताना –***

आधीच एकजीव असलेला वीस लोकांचा एक समूह होता. त्यामध्ये माधवचा प्रवेश होणार होता. आणि तो समूह दहा दिवसांच्या प्रवासाला निघणार होता. ते वीस लोक दहा वर्षांपासून एकमेकांना ओळखत होते. एकमेकांच्या मैत्रीत, प्रेमात, जिव्हाळ्यात होते. असे दहा-दहा दिवसांचे प्रवास त्या समूहाने आत्तापर्यंत किमान पन्नास वेळा एकत्रितपणे केले होते. प्रवासाला निघण्यापूर्वीच्या आठवड्यात माधव तीन वेळा अर्धाअर्धा तास त्या समूहात जुजबी वावरला होता.

मध्यरात्री दोन वाजता बस सुटणार होती. दहा दिवसांसाठी भरलेली बॅग घेऊन रात्री पावणेदोन वाजता माधव बसपाशी पोचला. माधवचे दोन मित्र त्याला सोडायला आले होते.

बाकी सगळे आधीच गाडीपाशी जमले होते. त्यांचे हास्यविनोद चालू होते. एकमेकांच्या हातावर टाळ्या देणे, पाठीत धपाटे मारणे असं चाललं होतं. इथून मागे केलेल्या प्रवासातील गंमती जमतीचे संदर्भ त्यांच्या बोलण्याला होते. प्रवासातील अनुभवांच्या तुलना! कधी हास्य, कधी थरार! गप्पा चांगल्याच रंगल्या होत्या.

सोळा सीटसची ती मेटाडोर होती. प्रत्येकाच्या जागा जवळपास ठरलेल्याच होत्या. कुणी कुणाशेजारी बसायचं, कुणी कुणाशेजारी बसायचं नाही हेही निश्चित होतं. दौर्‍याच्या मॅनेजरनं सगळ्यांना गाडीत बसण्याच्या सूचना केल्या. माधव गाडीत चढला. त्याचे दोन मित्र त्यास टाटा करून निघून गेले. माधव गाडीमध्ये सगळीकडे टकामका पाहू लागला. कुठेही बसलं तरी कुणाच्यातरी शेजारीच बसावं लागणार होतं. माधवनं त्यांच्या शेजारी बसावं असे भाव कुणाच्याही चेहऱ्यावर नव्हते. ड्रायव्हरच्या पाठीस पाठ लागून एक मोठं आडवं सीट होतं. त्याच्या दोन्ही कडेला खिडक्यांशेजारी दोन महिला बसल्या होत्या. मॅनेजरनं हात दाखवत माधवला

**बोलणे : काही पथ्यपाणी ● ११५**

सांगितले, 'इथे मध्ये बसा.' माधव मध्ये बसला. अधांतरी बसल्यासारखा, कुणाही महिलेस स्पर्श न होईल असा.

गाडी सुरू झाली. सर्व लोकांनी हात जोडले. एका सुरात अनेक देवांची नावे ठरलेल्या क्रमात घेतली. माधवला या ग्रुपच्या प्रथांची माहिती नसल्याने त्याने फक्त हात जोडले. मनात म्हणाला, "देवा, प्रवास सुखाचा होऊ देत."

गाडीमध्ये एव्हाना लोकांची चेष्टामस्करी सुरू झाली होती. 'कुणी काय खायला आणलं, घरी काय व्यवस्था... वगैरे!' काही वेळाने मंडळी कंटाळून झोपी गेली. दौऱ्याचा मॅनेजर ड्रायव्हर शेजारी बसून अखंड बडबड करीत होता.

माधव शांतपणे विचार करू लागला. एक ग्रुप आहे हा! विशिष्ट व्यवसायानिमित्त एकत्र आलेला. हे लोक बरेच दिवस एकत्र असतात. प्रवास करतात. राहातात. पण यातला प्रत्येक माणूस वेगळा आहे. त्या प्रत्येक माणसामागे एक स्वतंत्र चित्रपट उभा आहे. आई-वडील, बहीण-भाऊ, बायको-नवरा, मुले, मित्र, स्नेही, नातेवाईक, शेजारी, स्पर्धक, शुभचिंतक आणि द्वेष करणारे अशा अनेक प्रकारच्या लोकांनी हे लोक बांधले गेले आहेत. या ग्रुपमधील प्रत्येकाचा भावनिक आणि वैचारिक व्यवहार हा सर्वसामान्य माणसाचाच आहे.

यातील प्रत्येकाला चांगल्या मैत्राची भूक असेलच. एखाद्या चांगल्या, निर्मळ मनाच्या, मानवतावादी आणि वेळेला मदत करणाऱ्या एखाद्या माणसाशी ओळख झालेली नक्कीच आवडेल. म्हणजे शंभरामध्ये नव्वद लोकांना तरी अशी ओळख, अशी मैत्री आवडते. मग तोच भला मित्र मी का होऊ नये?

आज-आत्ता- या क्षणाला या समूहात मला एकटेपण आलेले आहे. ते हळूहळू नष्ट होईल. आणि दहा दिवसानंतर कदाचित मीच सगळ्यांचा आवडता होऊन जाईन आणि होऊयात! दहाव्या दिवशी आपले जे स्थान असणार आहे किंवा असावे असे वाटते आहे ते निश्चित करू या आणि त्या दिशेने प्रवास करू या. असा विचार करून कुणाला स्पर्श होणार नाही अशा सावध रीतीने तो झोपी गेला.

दुसरे दिवशी सकाळी गाडी एका गेस्ट हाऊसला थांबली. अंघोळीसाठी. विश्रांतीसाठी लोकांनी चांगली खोली मिळविण्यासाठी पळापळ केली. त्यावरून एकमेकांवर टीका-टिपण्णी झाली. किरकोळ कुरबूर झाली. लोक सिगारेट पीत लोळू लागले. एकाने दुसऱ्याची गुपचूप सिगारेट पिण्यावरूनही तणतण झाली.

माधवने ताजेतवाने होत प्राणायाम केला, योगासने केली. थंड पाण्याने उघड्यावर आंघोळ केली. कपडे धुवून वाळत घातले. दुसरे स्वच्छ कपडे अंगावर घालून नित्याच्या प्रार्थना म्हटल्या. आणि मग जेव्हा तो चहाची चौकशी करू लागला

त्यावेळी लोक तिसरा चहा पीत होते.

माधव स्वत: रेस्टहाऊसच्या मॅनेजमेंटशी बोलला. सगळ्यांना गरम पाणी वगैरे सुविधा मिळतात की नाही ते पाहिले. तिथेच जेवणाची व्यवस्था होते का ते पाहिले आणि गाडीच्या मॅनेजरशी बोलून जेवणाची ऑर्डरही दिली. लोकांच्या आवडीची भाजी जमेल का ते विचारलं. हे सगळं करताना त्याने बोलणं कमी ठेवलं आणि चेहऱ्यावर स्मित ठेवलं.

माधवची दखल घेतली गेली. माधवकडे औषधांचा एक पाऊच होता. सर्वसामान्य रोजच्या दुखण्यावर त्यात औषधे होती. डोकेदुखी, सर्दी, ॲसिडीटी, पोटदुखी, गुडघेदुखी, अपचन या सगळ्यांवर प्रथमोपचार म्हणून चालणारी औषधे त्यात होती. कुणी अशा प्रकारची वाच्यता करायचा अवकाश की माधवने लगेच त्यावरचे औषध काढून दिले. कुणास पाणी आणून दिले. कुणास हरबऱ्याची जुडी आणून दिली. कुणास जवळची शाल दिली, स्वेटर दिला. स्वखर्चाने काही खायला घेतले, सगळ्यांना वाटले. एका मुलीस मध्यरात्री दोन वाजता काही त्रास व्हायला लागला. माधवने त्या परगावात रात्री दोन वाजता एक डॉक्टर शोधून काढला. त्या मुलीवर उपचार करून घेतले.

दरम्यानच्या प्रवासात गाडीत खूप चर्चा झाली. लोक तावातावानं बोलले. स्वत:चं मत आणि माहिती अंतिम असल्याच्या अविर्भावात लोक बोलत होते. माधवनं कशावरही प्रतिक्रिया दिली नाही. मत दिलं नाही. एकदा शुद्ध मराठी भाषा यावर चर्चा रंगली. लोक बेफाम बोलत होते. अपुऱ्या, जुजबी ज्ञानावर, ऐकीव माहितीवर खूप मोठी विधाने करत होते. शेवटी गाडी माधवकडे वळाली.

माधव म्हणाला, आपल्या मनात असलेला नेमका अर्थ ऐकणाऱ्याला अचूकपणे जी पोहोचवते ती शुद्ध भाषा. त्यानंतर मात्र माधवने भाषा, उच्चार आणि अर्थ यांचा त्याचा असलेला अभ्यास विवेचक पद्धतीने आणि अतिशय नम्रपणे सगळ्यांसमोर मांडला.

राजकारण, अर्थकारण, समाजकारण, पाकशास्त्र अशा कुठल्याही विषयावरची चर्चा करून लोक दमले की ते माधवकडे वळत. माधव त्यांना या विषयातली आंतरराष्ट्रीय स्तरावरची माहिती सांगे. इतिहास, भूगोल, जगभरचे लोक, त्यांचे राहणीमान, विचार इत्यादींवर माधव भरभरून बोलला. साहित्य, नाटक, कला, संगीत, याचं रसग्रहण करताना त्यानं जगभरातले दाखले दिले.

हळूहळू लोक माधवला एकट्याला गाठू लागले. त्याचं कौतुक करू लागले. त्याला दाद, प्रतिसाद देऊ लागले. स्वत:बद्दल सांगू लागले. स्वत:च्या कर्तृत्वाविषयी

सांगू लागले. स्वत:च्या कुटुंबाविषयी सांगू लागले. कुटुंबातील व्यक्ति, समस्या याबाबत बोलू लागले. पुण्यात गेल्यानंतर घरी येण्याबद्दल बोलू लागले.

माधव सगळ्यांचा प्रिय बनून गेला. लोक त्याची नुसती दखल घेऊन थांबले नाहीत. त्याचे लाड करू लागले. त्याची काळजी घेऊ लागले. ग्रुपमधली एक महत्त्वाची महिला उघडपणे म्हणाली, ''माधव खूप चांगला आहे. खूप खूप चांगला आहे. इतकं चांगलं माणूस खूप दिवसात भेटलं नव्हतं.''

माधव लाजला. फक्त स्मितहास्य करून खाली पाहू लागला. गाडीतला प्रत्येकजण माधवची स्तुती करू लागला. माधवला चांगलं म्हणण्याची स्पर्धा सुरू झाली. माधव 'ग्रेट' आहे. हे सर्वप्रथम आपल्यालाच कसं समजलं हे प्रत्येकजण दुसऱ्याला सांगू लागला. माधव शांतच राहिला.

पुढच्या प्रवासात इतर कुणात कुरबूर झाली तर माधवनं शांत केली. रस्त्यावर ट्रॅफिक संबंधात ड्रायव्हरबरोबर कुणी अरेरावी केली तर माधवनं पटकन पुढे होऊन वातावरण शांत केलं.

असे करत एका अनोळख्या समूहात फार अनावश्यक न बोलता आणि प्रत्यक्ष कृती करून माधव रुजला. ज्ञानाच्या आणि गुणांच्या जोरावर घट्ट झाला.

कुठल्याही अनोळखी समूहात नव्याने शिरताना माधवचे उदाहरण जरूर लक्षात ठेवावे. अनुभव घेऊन पाहावा.

***पुरुषाने स्त्रीबरोबर बोलताना –***

१. स्त्रीला प्रभावित करण्याच्या नादात खोटे बोलू नये. बढाया मारू नयेत. स्वत:ची आर्थिक परिस्थिती, नातेवाईक याबद्दल उगाचच अवास्तव बोलू नये. स्वत:च्या व्यक्तिमत्त्वाबद्दल उगाचच वाढवून, चढवून सांगू नये. असे सांगितलेले उघड होते आणि तुमची प्रतिमा खाली येते.

२. स्त्रीला समानतेचा दर्जा देऊन तिच्याशी बोलावं. तिला समोर उभे करून बोलू नये. समोर आदराने बसवावे. मग बोलावे. तिला कुठल्याही प्रकारे कमी लेखून कमी समजून बोलू नये. तिच्या क्षमता, कुवत, कार्य, जबाबदारी या सगळ्याबद्दल मनात एक आदराची भावना बाळगून बोलावे. स्वत:स आई, बहीण, बायको, मुलगी आहे आणि समोर तिचेच रूप आहे असे समजून बोलावे. तिच्यावर संतापून किंवा ओरडून बोलू नये.

३. तिची खोटी स्तुती करू नये. कुठलेही आमिष दाखवू नये. लालूच दाखवणारे बोलू नये. सद्य जीवनावरची तिची पकड सैल होईल असे बोलू नये.

स्वत:च्या कुटुंबाकडचे तिचे लक्ष उडून ते तिसरीकडेच गोते खाऊ लागेल असे बोलू नये. 'तुझी जबाबदारी मी घेईन' असे खोटे आश्वासन देऊ नये. तिला कुठलीही खोटी आशा लावू नये. तसे बोलू नये.

४. स्वत:च्या बायकोबद्दल किंवा तिच्या कमतरतांबद्दल कुठल्याही परस्त्रीकडे बोलू नये. स्वत:चे रडगाणे परस्त्रीकडे गाऊ नये. "मला आयुष्यात 'हे' मिळाले नाही आणि पर्यायाने तू मला 'ते' दे" अशा अर्थाचे कुठल्याही परस्त्रीकडे रडू नये.

५. स्वत:च्या आयुष्यातील अती वैयक्तिक स्वरूपाच्या गोष्टी कुठल्याही परस्त्रीस सांगू नये. गुप्त अथवा गोपनीय अशा अर्थाचे काहीही परस्त्रीस सांगू नये. स्वत:च्या कामजीवनातील तपशील परस्त्रीस सांगू नये.

६. "तुझ्याशिवाय मी जगू शकत नाही" अशा अर्थाचे शक्यतो कुठल्याही स्त्रीस बोलू नये. हे वाक्य खरे नाही. यातून समारेच्या स्त्रीबद्दल प्रेम कमी आणि स्वत:चं दुबळेपण जास्त व्यक्त होतं. एखाद्या स्त्रीवर तुम्ही अवलंबून आहात असे त्या स्त्रीस भासवून दिलेत की तुमच्या त्रासाला सुरुवात झाली असे समजावे.

७. स्त्रीच्या खालील गोष्टींस कवडीचीही किमत देऊ नये.

* तुम्हास कमी समजणे

* तुम्हास हीन बोलणे

* तुमच्यासमोर दुसऱ्या पुरुषाचे कौतुक करणे.

* तुमच्यासमोर दुसऱ्या पुरुषाबरोबर जवळीक दाखवणे, त्याला महत्त्व देणे.

* तुमच्याबरोबर करण्यास नकार दिलेला गोष्टी दुसऱ्या पुरुषाबरोबर करणे.

८. एखाद्या स्त्रीने खाजगी म्हणून सांगितलेली गोष्ट दुसऱ्या स्त्रीस सांगू नये. ज्या स्त्रीबद्दल आहे तिलाही सांगू नये.

९. स्त्रीस आधार देणारे बोलावे. प्रेम देणारे बोलावे. कौतुकाचे, जिव्हाळ्याचे, साथी-सोबतीचे बोलावे. तिला प्रत्यक्ष आधार द्यावा. प्रेम द्यावे. कौतुक, जिव्हाळा, साथ-सोबत द्यावी. तिला मनातून खरोखरीचे स्वत:चे मानावे.

***स्त्रीने पुरुषाशी बोलताना –***

१. नवऱ्याकडून उपेक्षित अशा स्त्रिया इतर पुरुषांशी बोलताना फाजील उफाळून येतात. अती बोलतात. आवश्यक, अनावश्यक, संबद्ध, असंबद्ध असं सगळं बोलून टाकतात. सर्वसामान्य पुरुष या बोलण्याकडे सर्वसामान्यपणेच पाहातो.

पण एखादा डोमकावळा पुरुष असेल तर तो अशा उतावळ्या स्त्रीचा गैरफायदा घेण्याचा विचार करेल.

२. स्त्रीने पुरुषास कुठलेही काम सांगताना अगतिकता दाखवू नये. काम सहजपणे सांगावं, त्या कामाच्या बदल्यात काही देण्याची भाषा करू नये. अगदी चहा-कॉफी असलेही बोलू नये. कारण लंपट पुरुष चहा-कॉफी या शब्दांचा अर्थही वेगळा घेऊ शकतो. कुणी असा गैरअर्थ घेतला आहे, अशी साधी शंका जरी आली तरी तो गैरअर्थ ताबडतोब दूर करावा.

३. पुरुषाच्या मनाशी चाळा करणारे बोलू नये. काही स्त्रियांना अशी सवय असते. त्या भरमसाठ बोलतात. मनमोकळा स्वभाव, 'फ्री-फ्रँक' बोलणे या नावाखाली बोलणे अधिक नाजूक दिशेकडे वळवतात. पुरुषाला मनातून हलवून टाकतात. पुरुषाचा तोल ढळतो आहे वाटताच, 'छे! छे! मी तशा अर्थाने काहीच बोलले नाही. तुम्हीच काहीही समजला,' वगैरे बोलून तोंडावर पाडतात. त्यांनी असे करू नये.

४. स्त्रीने पुरुषास नावे ठेवू नये. त्याच्या क्षमतेबद्दल शंका घेणारे, त्याचा उपमर्द करणारे बोलू नये. त्यांच्या व्यंग-विकृतीवर चारचौघात बोट ठेवू नये. त्याच्या आर्थिक स्थितीवरून त्यास चारचौघात कमी लेखू नये.

५. पुरुषाकडे काम असेल तेव्हा गोड बोलणे, आर्जव करणे, आणि काम संपले की फटकन बोलणे, उडवून लावणे, पाणउतारा करणे, तोडून टाकणारे बोलणे असे करू नये.

६. पुरुष हा स्त्रीच्या प्रेमाचा वेडा असतो. तिच्या कौतुकाचा, प्रोत्साहनाचा आणि प्रेमाचा शब्द पुरुषाला कर्तृत्वाच्या दिशेने प्रवृत्त करतो. पुरुषामधल्या कार्यक्षमता चेतावण्याची अद्भूत जादू स्त्रीच्या बोलण्यामध्ये असते. पुरुषाच्या अंगी असलेला प्रचंड उर्जेचा साठा प्रत्यक्ष कामाच्या दिशेने वळण्याची अद्भुत किमया स्त्री करू शकते. पुरुषाशी बोलताना स्त्रीस याचे भान असावे.

७. एकाच वेळी दोन पुरुषांना स्त्रीने स्वत:च्या खास मैत्रीत ठवू नये. त्या दोघांना एकमेकांबद्दल काही सांगत बसू नये. पुरुषांना ते सहन होत नाही. त्यांच्यामध्ये ताण-तणाव, भांडणे, मारामारी होऊ शकते. स्त्रीच्या अंगच्या शक्तीचे स्वरूप वापरले तर सकारात्मक आणि नीट नाही वापरले तर ते विध्वंसकही असू शकते याची जाण स्त्रीने ठेवावी.

८. स्त्रीकडे जिव्हाळा, वात्सल्य, माया, ममता, कळवळा अशा विशिष्ट

भावनाचा फार मोठा खजिना असतो. या भावनांच्या रसाने स्त्रीच्या मनाची आणि हृदयाची कोठारे भरलेली असतात. त्यामुळे या रसात भिजवून एखादी गोष्ट जेव्हा स्त्री पुरुषास सांगते तेव्हा त्यास ती पटकन समजते. आणि पटते. पुरुषाने एखादी गोष्ट ऐकणं आवश्यक असेल तेव्हा एखाद्या स्त्रीमार्फत ही गोष्ट त्यामुळेच सांगितली जाते. सकारात्मक परिणामांसाठी स्त्रीने असे समजावून सांगणे अवश्य करावे.

***पुरुषाने पुरुषाशी बोलताना –***

१. असा विचार करा की समोरच्या व्यक्तीशी आपल्याला आयुष्यभर बोलायचे आहे. मग आपण कसे बोलू? कशी काळजी घेऊ? बोलताना किती जबाबदारीने बोलू?..... त्याच काळजीने आणि जबाबदरीने प्रत्येक वेळी प्रत्येक पुरुषानं दुसऱ्या पुरुषाशी बोलावं.

२. संतापून ओरडून बोलू नये. समोरचा पुरुष भांडायला उठेल, मारामारीस तयार होईल; असहायतेमुळे तो जर भांडू शकला नाही तर मनात काही डूख धरेल. अढी ठवेल; अन्य कुठल्या छुप्या मार्गाने बदला घेईल, काटा काढेल. त्यामुळे उगाचच, कारण नसताना कुणावरही ओरडून अथवा चिडून बोलू नये.

३. कुठल्याही पुरुषाची कानउघडणी करायची असेल तर ती चारचौघात करू नये. त्याच्या चुका दाखवायच्या असतील, त्याचा अपमान करायचा असेल, त्याला झापायचे असेल तर ते चारचौघात करू नये. त्याला एकट्याला बाजूला घ्यावे. गंभीर, स्पष्ट आणि ठाम शब्दात सुनवावे. सुधारणा झाली नाही तर होणाऱ्या परिणामांची गंभीर शब्दात कल्पना द्यावी. कुठल्याही पुरुषाला कुठल्याही स्त्रीसमोर अपमानास्पद असे काहीही बोलू नये.

४. पुरुषाबरोरबर व्यवहार करताना भोंगळ कारभार नसावा. व्यवहार, कागदपत्र इत्यांदीबाबत अतिशय काटेकोर बोलावे.

५. एरव्ही पुरुष-पुरुष सख्य हवेच. मैत्री हवीच. मित्र म्हणून समोरच्या व्यक्तीची खात्री पटली की सखोल सविस्तर बोलावे. मनातले सांगावे. विचारांची देवाण-घेवाण करावी. आपल्या समस्या, अडचणी सांगाव्यात. ऐकून घ्याव्यात. मदत करावी, मदत मागावी, मदत घ्यावी. अडी-अडचणीला- प्रसंगाला हाक द्यावी. हाकेला 'ओ' द्यावी. धावून जावे. उभे राहावे. मैत्र जपावे.

६. समारेच्या व्यक्तीबद्दल काही तक्रार असेल, नाराजी असेल तर उतावीळ होऊन लगेच काही तर्क आणि निष्कर्ष काढू नयेत. जरी निष्कर्ष काढलेच तरी ते

बोलून दाखवू नयेत. मनातच ठेवावेत. काही दिवस जाऊ द्यावेत. सत्य परिस्थिती काही वेगळी असू शकते. ती लक्षात येऊ द्यावी. काही दिवसांनी तुमचे निष्कर्ष खरे असल्याचे जरी तुमच्या लक्षात आले तरी उतावीळ होऊन वाद करू नये. शांतपणे एकांतात विचारावे, माझे काही चुकते आहे का? तुझ्या वागण्यात मला जो फरक आढळला, तो का?

७. एकमेकांशी अतिशय डोळसपणे आर्थिक व्यवहार करावेत. एकमेकांना आर्थिक मदत सुद्धा अतिशय डोळसपणे करावी. मदत करण्यामागचा हेतू आपल्या मनाशी स्वच्छ आणि स्पष्ट असावा. तो हेतू समोरच्या व्यक्तीसही स्वच्छपणे सांगावा. या मदतीच्या मोबदल्यात काही अपेक्षा करू नये. आर्थिक व्यवहारामध्ये केलेले वेळेचे वायदे काटेकोरपणे पाळावेत. वचन देतानाच शंभर वेळा विचार करावा. ते वचन पाळताना विचार करू नये.

***स्त्रियांनी स्त्रियांशी बोलताना –***

१. दोन स्त्रिया एकमेकींशी बोलतात. दोघींनाही बोलायची हौस असते. पण या हौसेपायी कधी एक बोलत राहाते आणि दुसरीस फक्त ऐकण्याचे काम उरते. असं करू नये. स्वत:चेच सांगत बसू नये. समोरच्याचेही ऐकावे.

२. स्वत:ची प्रौढी, बढाया, स्वत:च्या सौंदर्याची पुरुषाने केलेली स्तुती अशा प्रकारच्या गप्पा अती मारू नयेत. कमीत कमी माराव्यात.

३. स्वत:चा नवरा, सासू, नणंद, दीर, जाऊबाई यांची निंदा, गाऱ्हाणे वगैरे याचे पाल्हाळ लावू नये. अगदी मनात वेदना असेल तर तेवढी सैल होण्याइतपतच बोलावे.

४. समोरच्या स्त्रीच्या नवऱ्याची अती स्तुती करू नये. यातून हमखास गैरसमज वाढतात. वाद होतात. काळजी घ्यावी.

५. काही स्त्रियांना विचित्र खोड असते. त्या समोरच्या स्त्रीच्या घरातील तपशील खोदून-खोदून विचारत राहातात. तिचा नवरा, सासू-सासरे, दीर-नणंद, जाऊ वगैरेंचे एकमेकांशी असलले संबंध, त्यांची स्वभाववैशिष्ट्ये याबाबत विचारत रहाते. असे विचारू नये.

६. ऊठसूट प्रत्येक बाबतीत समोरील स्त्रीस सल्ले देऊ नयेत.

७. दुसऱ्या स्त्रीच्या मुलांना कधीही नावे ठेवू नये. त्यांचे कौतुक करावे.

८. समोरच्या स्त्रीचं दिसणं, राहणीमान, व्यक्तिमत्त्व, बोलणं, वागणं,

प्रपंचातलं कर्तृत्व, शिक्षण, सामान्यज्ञान, सोशिकता, संयम इत्यादी गुणांचं भरपूर कौतुक करावं. तिच्या करण्यामधे काही वेगळे वैशिष्ट्य असेल, तिच्या अंगी काही चांगला गुण असेल तर त्याचे जरूर कौतुक करावे.

९. कुठल्याही अन्य स्त्रीचा विषय घेऊन बोलत बसू नये. कुठल्या पुरुषाचा, अन्य कुठल्या कुटुंबाचा विषय घेऊन बोलत बसू नये.

१०. एकाचे दुसऱ्याला करू नये. लावालाव्या करू नयेत.

११. बाई बाईला अधिक चांगलं समजावून घेऊ शकते. अशा अर्थानं एकमेकींचे बरे वाईट अनुभव एकमेकींना सांगावेत. एकीने दुसरीची कार्यक्षमता वाढवणारे बोलावे.

१२. मुलांच्या संगोपनाबाबत बोलावे. मुलांच्या प्रगतीसाठी आणखी काय करता येईल, काय सुधारणा करता येईल अशा अर्थाने, शक्यतो रचनात्मक बोलावे.

१३. आपल्या अवती-भवती खूप यशस्वी स्त्रिया कार्यरत असतात. घर-प्रपंच, पती-मुले, सासू-सासरे वगैरे व्यवस्थित सांभाळत असतात. स्वत:ची नोकरी अथवा व्यवसायही व्यवस्थित सांभाळत असतात. आणि एवढे करून स्वत:सही व्यवस्थित सांभाळत असतात. अशा स्त्रियांना आदर्श मानावे. 'रोल मॉडेल' मानावे. त्यांच्यासंबंधी बोलावे. त्यांची ओळख करून घ्यावी. त्यांच्याशी बोलावे. त्यांचे अनुकरण करावे.

१४. व्यायाम, प्राणायाम, योगासने यासंबंधी बोलावे. साहित्य, खेळ, कला, क्रीडा यासंबंधी बोलावे; संगीत, नृत्य, याबद्दल बोलावे. पाककलेवर बोलावे.

१५. कुणाच्या द्वेषाचे आणि तिरस्काराचे बोलू नये. स्पर्धेचे, इर्ष्येचे बोलू नये. सूडाचे, कपटाचे बोलू नये. प्रेमाचे, जिव्हाळ्याचे आपलेपणाचे बोलावे.

'स्वभाव-विभाव' या पुस्तकात मानसोपचार तज्ज्ञ डॉ. आनंद नाडकर्णी यांनी भावनिक स्वार्थाची कल्पना मांडली आहे. कुठलीही कृती करताना स्वत:च्या भावनिक स्वार्थासाठी करावी.

दुसऱ्यास मदत करणे, त्याच्याशी चांगले वागणे-बोलणे या गोष्टी आपण करताना प्रत्यक्षदर्शी त्या दुसऱ्यासाठी केल्या असे वाटते. आपण दुसऱ्यासाठी जेव्हा काही करतो तेव्हा त्यास काही स्वास्थ्य आणि सुख देत असतो. त्याला आनंद, समाधान देत असतो. त्याच्या मनावरचा ताण कमी करत असतो. यामध्ये सगळ्यात महत्त्वाचे असे की आपल्याही मनाला बरे वाटत असते.

समोरच्या माणसाचे चार क्षण आपल्यामुळे सुखसोयीचे झालेले पाहून आपल्या भावनेचा एक कंगोरा सुखावत असतो. आणि आपल्या मनास त्याचे फार गोड वाटत असते. अप्रूप वाटत असते. जे चांगले वागणे-बोलणे दुसऱ्यासाठी होते ते परिणामी स्वत:च्याच मनास सुखावून जाते.

असे असेल तर मग मुळातच जे चांगले वागायचे आणि बोलायचे ते दुसऱ्यासाठी नसून स्वत:स बरे वाटावे म्हणून आहे, असेच मनाशी ठरवून बोलावे. म्हणजे मग या बोलण्यामागची प्रेरणा कुठून आयात करावी लागणार नाही. ती सदैव आपल्या मनातच, आपल्या जवळच राहील. बाहेर कुठे शोधावी लागणार नाही. सदैव आपल्याजवळच उपलब्ध असेल.

दुसऱ्याशी चांगले वागणे आणि बोलणे हे इतरांवर अवलंबून न राहाता तो केवळ स्वत:चाच एक भावनिक स्वार्थ असेल.

सगळे सोपे होईल.

❐❐

-११-

# भाषण आणि सादरीकरण

***भाषण –***

चांगले भाषण कसे करावे या विषयावर अनेक पुस्तके उपलबध आहेत. बहुतेक भाषांमध्ये असावीत. बहुतेक पुस्तकांमध्ये भाषण करणारी व्यक्ती सर्वगुणसंपन्न आहे, असेच गृहीत धरलेले असते. भाषण करण्याबद्दल इतके तपशिलात शिरून विवेचन केलेले असते की, सर्वसामान्य माणसावर जेव्हा कुठे चार शब्द बोलण्याची पाळी येते तेव्हा त्यातले काहीही उपयोगी पडत नाही.

आपण सभा गाजवतो आहोत, सभा जिंकतो आहोत. समोर हजारोंचा जमाव आहे, हशा व टाळ्या यांचा पाऊस पडतो आहे वगैरे दृश्ये आता इतिहासजमा झाली आहेत. सध्या व्यासपीठ उपलब्ध होणं ही गोष्टच खूप दुर्मीळ झाली आहे.

राजकीय सभा होतात, त्या निवडणुकीचे वेळी. निवडणुकांचे स्वरूप आता खूप बदलले आहे. आमच्या लहानपणी, सत्तर ते ऐंशीच्या दरम्यान, खूप मोठ्या सभा आम्ही ऐकल्या. कुठे सभा आहे असं म्हटलं की हुरूप वाटे. पळत जाऊन आम्ही पुढची जागा मिळवत असू. कानात प्राण ऐकून ऐकत असू. खूप आनंद व्हायचा.

आता तशा मोठ्या सभा होत नाहीत. क्वचित दोन चार! त्याही अगदी मोठ्या शहरात. बाकी सगळ्या कोपरा सभा. वाहनावर सभा. प्रभात फेरी, प्रत्यक्ष संपर्क असे दृश्य दिसते.

सामाजिक, सांस्कृतिक विषयांवरील व्याख्यानांना तर आता खरोखर व्यासपीठ उपलब्ध होत नाही. पूर्वी गणेशोत्सवाचे दहा दिवस, नवरात्रीचे दिवस, उन्हाळ्याच्या आधी होणाऱ्या वसंत व्याख्यानमाला किंवा इतर नावाने अनेक शहरात, जिल्ह्याच्या, तालुक्याच्या गावी होणाऱ्या व्याख्यानमाला आता पुरत्या लोप पावल्या आहेत. त्यावेळी श्रोत्यांना ज्ञानी लोकांचे विचार ऐकण्याची संधी मिळे आणि ज्ञानी लोकांना

आपले विचार व्यक्त करण्याची संधी मिळे.

सध्या या बाबत सगळाच आनंद आहे.

सर्वसामान्य माणसांना व्याख्याने देण्याची पाळी शक्यतो येत नाहीच. पण व्याख्यान ऐकणेही सध्या दुर्मीळ होत चालले आहे. माझ्या आधीच्या पिढीने उत्तुंग अशी भाषणे ऐकली. स्वातंत्र्यपूर्व काळात आणि स्वातंत्र्यानंतर थोर असे वक्ते, विचारवंत, व्याख्याते, ज्ञानी लोक भाषणे देत. श्रोते-व्यासपीठ आणि निमित्त यांची रेलचेल असे. थोर, ज्ञानी आणि विचारवंताची व्याख्याने ऐकणे हा जणू दैनंदिन जगण्याचाच एक भाग होता. दूर दूर गावावरून लोक व्याख्याने ऐकण्यासाठी एखाद्या ठिकाणी जात.

त्या तुलनेत एकोणीसशे ऐंशी सालानंतर व्याख्यानांचा जोर कमी झाला. व्याख्याते, व्यासपीठ, श्रोते आणि निमित्ते कमी झाली. तरीही मला स्वत:ला आवड असल्यामुळे मी खूप व्याख्याने ऐकली. आवर्जून ऐकली.

आदरणीय यशवंतराव चव्हाण, आचार्य अत्रे, आदरणीय बाळासाहेब ठाकरे, शिवाजीराव भोसले, पु. ल. देशपांडे ही नावे आमच्या मनावर कोरली आहेत. बाळासाहेबांची भाषणे तर सगळ्या गोष्टी बाजूला ठेवून ऐकली. जिथे असतील तिथे जाऊन ऐकली. अजूनही टी. व्ही. वर ऐकतोच. आमच्या पिढीवर बाळासाहेबांची अचाट मोहिनी आहे. आणि मला खूप आनंद होतो की माझ्या पुढच्या पिढीलाही बाळासाहेबांचे आणि त्यांच्या बोलण्याचे तेवढेच आकर्षण आहे. माझ्या मुलाने त्याच्या कॉम्प्यूटरवर आणि मोबाईलवर बाळासाहेबांची जेवढी भाषणे किंवा भाषणातील जेवढा मिळाला तेवढा भाग जतन केलेला आहे. मी खूप वेळा अतिशय शांतपणे बाळासाहेबांचा आवाज ऐकतो. एक वाक्य ऐकलं तरी बाकी सगळं विसरायला होतं. त्या आवाजात विलक्षण जादू आहे सामर्थ्य आहे, ऊर्जा आहे. दुसऱ्याला ऊर्जा देण्याची दैवी देणगी आहे. आश्वासकता आहे, विश्वास आहे, ठामपणा आहे, अभ्यास आहे आणि सर्वात महत्त्वाचे म्हणजे सर्वसामान्य जनतेबद्दल कळवळा आहे. त्यांचं भाषण ऐकणं हा नुसताच आनंद नसून आनंदाचा उत्सव आहे.

खरं तर वक्त्याला नुसताच महान वक्ता होता येत नाही. त्याला आधी महान माणूस असावंच लागतं. बाळासाहेब, यशवंतराव, अत्रेसाहेब, प्रा. शिवाजीराव भोसले, पु. ल. देशपांडे ही आधी महान माणसं आहेत. मग ते महान वक्ते आहेत.

आचार्य अत्र्यांच्या भाषणाबद्दलच्याच एका लेखात त्यांनी लिहिलेले आठवते की, 'भाषण सुरू केल्यानंतर पहिल्या दोन मिनिटात एक हशा यायला पाहिजे' हे अत्र्यांना शक्य होते. आपल्याला कसे शक्य होईल? आपले दोन मिनिटात हसेही

होऊ शकते!

बाळासाहेबांना प्रेक्षकांना सांगावे लागते की 'माझ्या प्रत्येक वाक्याला टाळ्या वाजवू नका' कारण ते बाळासाहेब आहेत. लोकांचे त्यांच्यावर तेवढे प्रेम आहे. आपले काय? आपल्याला कोण टाळ्या वाजवणार? मुद्दा असा, की कुणी उगाच म्हणत असेल की "मी बाळासाहेबांसारखे भाषण करीन, अत्र्यांसारखे भाषण करीन" तर ते शक्य नाही. कारण या व्यक्ती म्हणून खूप मोठ्या आहेत. आपण मोठे नाही. त्यामुळे ही मोठी माणसं जे काही बोलतात त्याला महत्त्व आहेच. मोठेपणा आहेच. लोक जिवाचा कान करून ते ऐकणारच.

आपण मात्र चांगले भाषण करण्यासाठी प्रयत्न करायलाच हवेत. श्रम घ्यायलाच हवेत, सराव करायलाच हवा.

अत्यंत महत्त्वाचे म्हणजे बाळासाहेब, अत्रेसाहेब या महान व्यक्तींनी सुद्धा उत्कृष्ट भाषण करण्यासाठी अभ्यास केला, परिश्रम घेतले असे उल्लेख आहेत. जर एवढी महान माणसे चांगले भाषण व्हावे म्हणून सुरुवातीच्या काळात कष्ट घेतात, सराव करतात तर आपल्याला करायलाच हवेत. आपण असे करू या.

१. आपल्याला जो विषय बोलायचा आहे, त्याचे व्यवस्थित आणि सखोल ज्ञान आपल्याला असणे अत्यावश्यक आहे. त्याशिवाय उगाच अंदाजाने, भंपकसारखे काहीतरी बोलू नये, फजिती होऊ शकते.

२. समोर श्रोता म्हणून कोण बसणार आहे. याचा आधी विचार करावा. स्त्री-पुरुष, वयोगट पाहावा. मानसिक-वैचारिक स्तर पहावा. आपला विषय त्यांना कितपत उपयोगाचा आहे ते पाहावे.

३. मुलांपुढे व्याख्यान नसेल तर श्रोत्यांना सरासरी वयोगट पंधरा ते वीस वर्षे गृहीत धरावा आणि त्याप्रमाणे विषयाची रचना करावी.

४. आपल्याला बोलण्यास किती वेळ दिला आहे ते पाहावे. त्यापेक्षा एक मिनिटही अधिक बोलू नये. सर्वात अती महत्त्वाचे मुद्दे आधी मांडावेत. प्रत्येक नवीन मुद्द्याकडे जाताना प्रस्तावना करू नये. किंवा प्रस्तावना लांबवू नये. आजचा श्रोता सुजाण आणि सजग आहे. त्याला थेट सांगितलेले कळते.

५. भाषा अतिशय सोपी असावी. किचकट किंवा फार अलंकारिक नसावी. रोजच्या बोलण्यात, व्यवहारात जे शब्द वापरले जातात त्याचा शब्दांना घेऊन आपले मुद्दे मांडावेत.

६. भाषणाची सुरुवात आणि शेवट याचे प्रत्येकी दीड ते दोन मिनिट बाजूला काढावेत. त्यात काय बोलायचे ते ठरवावे. ते कागदाच्या सुरुवातीस आणि शेवटास मुद्द्यांच्या स्वरूपात मांडावे. नंतर अती महत्त्वाचे मुद्दे या दोन्हींमध्ये लिहावे. कुठल्याही कारणाने वेळ कमी पडला तर एखादा मुद्दा कमी करावा पण ठरविलेली सुरुवात आणि शेवट तसाच करावा

७. सराव करताना प्रत्येक मुद्दा घड्याळ लावून बोलून बघावा. प्रत्येक मुद्दा वेगळा बोलून त्याचा वेगळा वेळ लिहून काढावा. नंतर सगळ्यांची बेरीज करावी. अनावश्यक वाटते ते कमी करावे. वाक्यांची पुनरावृत्ती टाळावी. थोडक्यात पण प्रभावी बोलण्याचा प्रयत्न करावा.

८. नंतर सगळे भाषण सलग दोन-तीन वेळा म्हणून बघावे. शब्दांचे चढ-उतार निश्चित करावेत. दोन वाक्यांमध्ये किती क्षण थांबायचे याचे गणित करून सराव करावा. पक्के ठरवावे. आणि पुन्हा दोनदा भाषण सलग म्हणून बघावे.

९. सराव करताना नियोजित वेळेपेक्षा दहा टक्के वेळेआधीच भाषण संपवावे. प्रत्यक्ष भाषणावेळी जर आयत्या वेळी काही घडले/न घडले तर हा दहा टक्के वेळ उपयोगात आणावा

१०. जोपर्यंत तुम्ही सरावलेले वक्ते होत नाही तोपर्यंत इतके श्रम आणि खटाटोप करायलाच हवा. अंतिम सरावाच्या वेळी एखाद्या सर्वसामान्य माणसाला समोर बसवावे. विद्वानास बसवू नये. सर्वसामान्य माणूस त्याच्या मोडक्या तोडक्या भाषेत जे सांगेल त्याचा अर्थ लावावा आणि खूप मोलाच्या सूचना म्हणून तो अर्थ लक्षात ठेवावा. आता तुमचा आत्मविश्वास वाढलेला आहे

११. बोलताना शांत आणि सलग बोलावे. ठरलेले चढउतार आणि दोन वाक्यामधले थांबण्याचे क्षण व्यवस्थित घ्यावेत पण या व्यतिरिक्त उगाच वेग घेऊ नये किंवा उगाच थांबू नये. अं.... अं.... अं.... असे करत अडखळू नये. यासाठी आधीचा सराव महत्त्वाचा असतो.

१२. ज्याला भाषण करायचे त्याने अती थंड आणि अती गरम खाणे टाळावे. चालत्या बसमध्ये अथवा कारमध्ये उंच आवाजामध्ये बोलणे/गाण्याच्या भेंड्या वगैरे टाळावे. रोज सकाळी नित्यनेमाने तांब्याभर गरम/कोमट पाण्याने घसा शेकून काढावा. सकाळी गरम पाण्यानं गुळण्या केल्यानंतर आणि रात्री झोपताना ग्लासभर गरम पाणी बाराही महिने घ्यावे.

१३. रोज सकाळी प्राणायम करायलाच हवा. त्यामुळे आपले श्वासावरचे नियंत्रण वाढते. वाक्यावरचे नियंत्रण वाढते. शब्दांवरील चढउतार आणि दोन वाक्यांमधील स्तब्धता याच्याशी तुम्ही खेळू शकता.

१४. लोकांसमोर जाण्यापूर्वी पंधरा मिनिटे शांत बसावे. जमत असेल तर ध्यान करावे. भाषणाआधी पोट अगदी हलके आणि रिकामे असावे. स्वच्छ दाढी करावी. स्वच्छ अंघोळ करावी. स्वच्छ टापटीप कपडे करावेत. मुद्दे लिहिलेला कागद आणि पाण्याची बाटली बरोबर घ्यावी. चेहरा आणि मन प्रसन्न ठेवावे.

१५. भाषणास उभे राहिल्यानंतर प्रथम प्रेक्षागृहात पाहावे. पहिल्या रांगेचा मध्य आणि त्यांच्या डावी उजवीकडची पूर्ण रांग, प्रत्येक प्रेक्षक क्षणार्धात पाहावा. कटाक्षात पाहावा. असाच कटाक्ष प्रत्येक रांगेचा मध्य, डावीकडे उजवीकडे असे करत शेवटच्या रांगेत पोहोचावे. पाच ते दहा सेकंदाच्या आत प्रेक्षागृहातली प्रत्येक खुर्ची, प्रत्येक श्रोता पाहून झाला पाहिजे. गंमत म्हणजे प्रत्येक श्रोता सुद्धा आपल्याकडे पाहात असतो. नजरानजर होते आणि क्षणात अदृश्य नाते निर्माण होऊन जाते.

१६. मध्यम पट्टी, आवाज शांत आणि संथ स्वर अशी सुरुवात करावी.

१७. काही लोक प्रेक्षागृहात एकाच ठिकाणी पाहात सगळे भाषण संपवतात किंवा कुठेतरी अधांतरी पाहात सगळे भाषण संपवतात. तसे करू नये. सर्व प्रेक्षागृहात आलटून पालटून पहावे. नजर इकडून तिकडे, वर खाली करताना झटके (जर्क्स) देऊ नयेत. नजरेची आणि मानेची सावकाश हालचाल करावी. अती हातवारे करू नयेत. डेस्कवर किंवा टेबलावर हात आपटू नये.

१८. विषयाची ओळख सुरुवातीलाच करून द्यावी आणि तुम्ही त्या विषयाकडे कसे पहाता ते सांगावे, म्हणजे ऐकणाऱ्याची एक मानसिकता तयार होते.

१९. संपूर्ण भाषणात एखादे उदाहरण असावे. एखादा प्रसंग, एखादी घटना असावी. एक दोन विनोद असावेत. शेवटच्या दहा टक्के वेळात एखादी गोष्ट सांगावी. गोष्ट समर्पक असावी. साऱ्या विषयांचे सार कथन करणारी असावी.

२०. सर्वात महत्त्वाचे म्हणजे भाषण हे एक प्रकारचे संभाषणच आहे. आपण एकाच वेळी अनेक लोकांशी बोलतो आहोत, असे बोलावे. एकाच वेळी अनेक लोकांना काही सांगतो आहोत, त्यांच्याशी संवाद करतो आहोत असे बोलावे. आपण एकटे स्वत:शीच काहीतरी बडबडत आहोत असे त्याचे स्वरूप नसावे

२१. संयोजकाचे आणि प्रेक्षकांचे आभार भाषणाच्या शेवटी मानावे. ते

विसरू नये.

***मुलाखत / प्रेझेंटेशन –***

हल्ली ज्या मुलाखती होतात त्याची विभागणी बहुधा दोन भागात होते. पहिला भाग म्हणजे ज्याची मुलाखत आहे तो आधी बोलतो. आपले म्हणणे मांडतो. विषयामधला स्वत:चा सहभाग सांगतो. आणि त्यानंतर मुलाखत घेणारे त्याला प्रश्न विचारतात.

प्रश्न विचारणाऱ्या मंडळाला कसलेही बंधन नसते. तो काहीही विचारू शकतो. विषयाशी संबंधित असलेलं आणि संबंधित नसलेलंही विचारू शकतो. तुमची मानसिकता, मन:स्थिती, सहनशक्ती, मनाची स्थिरता, प्रतिकृती वगैरे तपासण्यासाठी सुद्धा काहीही विचारू शकतात. तुमचा आत्मविश्वास तपासण्यासाठी तुम्हास चुकीच्या दिशेस ढकलण्याचा प्रयत्न करतात. मुलाखत घेणाऱ्याने काय विचारावे याची काही मार्गदर्शक तत्त्वे आहेत. पण निश्चित असा आकृतीबंध नाही.

मुलाखतीस जाण्यापूर्वी भरपूर अभ्यास करावा. आपण अभ्यास केलेल्या तयारीतला एकही प्रश्न कदाचित विचारला जात नाही. पण आपण केलेल्या अभ्यासामुळे आपल्याला आत्मविश्वास मिळतो आणि हाच आत्मविश्वास आपल्याला मुलाखतीच्या वेळी उपयोगी पडतो.

***मुलाखतीच्या वेळी खालील गोष्टी पाळाव्यात –***

१. स्वच्छता, नीटनेटकेपणा! दाढी, आंघोळ, केस, फॉर्मल कपडे, सूट, गरज असेल तर टाय; आणि रिकामे पोट असे जावे.

२. आपल्या सादरीकरणाच्या सात प्रती करून न्याव्यात आणि ज्यावेळी सादरीकरणाचे भाषण आपल्याला द्यायचे असेल त्यावेळी मुलाखत मंडळाच्या प्रत्येक सदस्याकडे एक एक प्रत द्यावी.

३. प्रेझेंटेशनच्या आधी एकदाच कपडे व्यवस्थित करावेत. आवंढा गिळावा, आवाज स्वच्छ करून घ्यावा. मुलाखत मंडळाचे जे चेअरमन असतील त्यांच्या डोळ्यात पाहावे आणि त्यांना समजावून सांगतो आहोत अशा थाटात सगळे सादरीकरण संपवावे.

४. मुलाखतीच्या हॉलमध्ये शिरल्याबरोबर सगळ्यांना नमस्कार, गुडमॉर्निंग वगैरे अभिवादन करावे. बोलताना जेवढ्या वाक्यांना शेवटी शक्य तिथे 'सर... सर' असे म्हणावे.

५. जो सभासद प्रश्न विचारत असेल. त्याच्या डोळ्यात पाहावे. सर्व कान त्याच्या आवाजाकडे एकवटावा. प्रश्न नीटपणे ऐकावा. ऐकू आला नाही, समजला नाही तरी त्यांची माफी मागून प्रश्न पुन्हा उच्चारण्याची विनंती करावी.

६. समोरच्या सभासदाचा प्रश्न विचारून संपला की मध्ये क्षणाची स्तब्धता जाऊ द्यावी. त्या क्षणात शांत राहून विचार करावा. उत्तर मनाशी निश्चित करावे आणि मग शांतपणे आणि संथपणे उत्तर द्यावे.

७. प्रश्नाचे उत्तर माहीत असले तरी घाईघाईत, उतावीळपणे उत्तर देऊ नये. आपण विचार करून बोलतो आहोत अशाच अविर्भावात उत्तर द्यावे.

८. एखादा प्रश्न ऐकल्यानंतर आपल्या मनात पटकन असे येते की या प्रश्नाचे उत्तर आपल्याला येत नाही. माहीत नाही. सांगता येणार नाही. पण वास्तविक तसे नसते. थोडा शांतपणे विचार करावा. सदर प्रश्नाच्या उत्तराच्या आसपासचे बरेचसे आपल्याला माहीत असते. तिथे पोहोचण्याचा मार्ग माहीत असतो. आपण अतिशय आत्मविश्वासाने तिथपर्यंत पोचावे. एखाद्या प्रश्न विचारणाऱ्या सदस्याच्याच बोलण्यातून पुढे जाण्याचा दरवाजा उघडू शकतो. आपण उत्तरापर्यंत जाऊ शकतो. ज्या प्रश्नांची उत्तरे वर्णनात्मक असतात अशा उत्तरापर्यंत तर आपण निश्चित पोहोचू शकतो.

९. ज्या प्रश्नाचे उत्तर एका वाक्यात किंवा एका शब्दात असेल आणि ते माहीत नसेल तर स्पष्टपणे माहीत नाही असे सांगावे.

१०. एखाद्या विषयात आपली गुणवत्ता नक्कीच चांगली चालते. आपण त्यातले जवळपास मास्टरच असतो. मुलाखत सुरू झाल्यानंतर सुरुवातीला आपल्याला जे प्रश्न विचारले जातात. त्यांची उत्तरे देताना त्या उत्तरातच आपण ज्या विषयात मास्टर आहोत त्या विषयाची बीजे पेरावीत. शब्द, वाक्य, उदाहरण, अशा कुठल्यातरी प्रवेशद्वाराने आपल्या विषयाला ओसरता स्पर्श करावा. त्या विषयाचा नकळत उल्लेख करावा. कुणीतरी सभासद तुमच्या शब्दाच्या अनुषंगानं, तुम्हाला तुमच्या विषयातला प्रश्न विचारतो. तुम्ही अचूक उत्तर दिलंत की त्याच विषयातला दुसरा प्रश्न तुम्हाला विचारला जातो. बहुधा पुढची सगळी मुलाखत तुम्हास माहीत असलेल्या विषयावरच होऊ शकते.

११. तुम्हास चहा, कॉफी, कोल्ड्रिंक असे काही देऊ केले तर ते अवश्य घ्या. विचार करण्यास थोडा अवधी हवा असेल तर, समोर असलेले पाणी घ्या.

१२. वैयक्तिक माहिती सांगताना आत्मस्तुती, आत्मप्रौढी असा आविर्भाव टाळावा. एक वस्तुस्थिती सांगतो आहोत, एवढ्याच पद्धतीने सांगावे.

१३. मुलाखत संपल्यानंतर आपले सगळे साहित्य कुठलाही आवाज न करता गोळा करावे. फळ्यावर काही लिहिले असेल तर ते पुसावे.

१४. येताना सगळ्यांना 'थँक यू सर्स' असे म्हणावे.

### प्राध्यापक / शिक्षक –

शिक्षकाने आपले वर्गातले बोलणे हे एक भाषणच समजावे. भाषणासाठी जी आणि जशी तयारी करण्यास सांगितले आहे थेट तशी तयारी करून संभाषण स्वरूपात वर्गात भाषण करावे. विद्यार्थ्यांना आपले मित्र समजावे. आपल्या ज्ञानाचा देखावा करू नये. आपल्या ज्ञानाचा समोरच्या विद्यार्थ्यास कसा उपयोग होईल ते पाहावे.

दर दहा मिनिटांनी 'तुम्हास कळते आहे का? कुणास काही शंका आहे का?' असे जरूर विचारावे.

### सेल्समन –

व्यवसायाचा आणि वक्तृत्वकलेचा फारच विशिष्ट संबंध आहे. पैशानं बोलण्याची कला विकत घेता येत नाही पण बोलण्याची कला तुम्हास अमाप पैसा मिळवून देऊ शकते. त्यामुळे कुठलाही व्यवसाय सुरू करताना, एकवेळ जवळ पैसा नसला तरी चालेल पण बोलण्याची कला असायला हवी.

विक्रयकला किंवा सेल्समनशिप त्यामुळेच एक कला आहे आणि तिचा वक्तृत्वकलेशी फारच जवळचा संबंध आहे. बोलण्याची कला विकसित केलेला माणूस कधीच उपाशी राहू शकत नाही. कधीही पैशाशिवाय राहू शकत नाही. बोलण्याचे भांडवल वापरताना स्वतःचे आणि दुसऱ्याचे असे दोन्ही बाजूंचे हित जोपासले तर तुमची प्रगती भरभर होते.

माझ्या ओळखीचे पाच-सहा एजंट आहेत. याचं घर त्याला विकतात. भांडवल शून्य! जे काही आहे ते तोंड भांडवल. ज्याला घर विकतात तोही यांचा क्लाएंट आणि ज्याचं घर विकून देतात तोही यांचा क्लाएंट. प्रत्यक्षात घर विकणारा आणि विकत घेणारा दोघेही अभावानेच किंवा अपवादानेच एकमेकांसमोर येतात. म्हणजे व्यवहार निश्चित होण्यापूर्वी! दोघेही या बोलबच्चन एजंटला भेटतात. हा एकूण व्यवहाराच्या दोन टक्के कमिशन दोघांकडून घेतो. याने त्याला एक कोटीला

घर विकले तर याला मधल्यामध्ये तोंड भांडवलाचे चार लाख मिळतात. या लोकांनी सुरुवातीला एकट्याच्या बळावर सुरू केलेला व्यवसाय आता पंधरा-वीस लोकांच्या ऑफिसमध्ये रूपांतरित झालाय. या लोकांकडे स्वत:चा फ्लॅट अथवा बंगला, गाड्या, पैसा सगळं आहे.

तुम्ही रोजचे वर्तमानपत्रातले छोट्या जाहिरातीचे पान उघडा. कमीत कमी दोनशे फ्लॅट अथवा बंगले विकायचेत. तेवढ्याच मोकळ्या जागा विकायच्यात, तेवढेच सगळे भाड्याने द्यायचे आहे. मोटारी विकायच्यात.... आणि हे सगळं एजंटामार्फत विकायचं आहे आणि तेही रोज! हे चालूच राहाणार आहे.

वक्तृत्वकला जोपासून जरूर या व्यवसायात पडावे.

चांगली सेल्समनशिप जोपासण्यासाठी खालील गोष्टी असायला हव्यात, करायला हव्यात.

१. तुम्ही जे काही विकता आहात त्याचे संपूर्ण ज्ञान तुम्हास असायला हवे. एखादी गोष्ट चांगली आहे तर ती कशी चांगली आहे हे तुम्हास पटवून देता यायला हवे. बाजारात सध्या उपलब्ध असलेल्या आणि खूप चालणाऱ्या वस्तूंची सुद्धा तुम्हास माहिती सांगता यायला हवी. आणि या इतर गोष्टींना नावे न ठेवता तुमची गोष्ट या गोष्टींपेक्षा कशी सरस हे तुम्हास सांगता यायला हवे.

२. कुठलाही माणूस एखादी गोष्ट विकत घेताना खालील दोन निकष प्राथमिक म्हणून वापरतोच वापरतो.

१. वस्तूंचे आयुष्य - ती किती दिवस टिकेल आणि तितके दिवस ती का टिकेल हे तुम्हास पटवून देता यायला हवे. त्याची खात्री देता यायला हवी.

२. चुकून ती वस्तू बिघडली तर तिच्या दुरुस्तीची सुसज्ज यंत्रणा, गिऱ्हाईकाच्या हाकेला अंतरावर म्हणजेच टेलिफोनच्या एक कॉलच्या अंतरावर आहे याची खात्री गिऱ्हाईकास देता यायला हवी.

३. तुम्हाला ती वस्तू विकायची आहे असे तुमच्या बोलण्याचे सूत्र अथवा प्रेरणा नसावी. तर समोरच्या गिऱ्हाईकास ती वस्तू विकत घेणे गरजेचे आहे असे पटवून देता यायला हवे. आणि तेच बोलण्याचे मूळ सूत्र असावे. समारेच्या व्यक्तीस असे वाटायला हवे, "अरेच्या! खरं तर ही वस्तू विकत घेणे गेले कित्येक दिवस मला गरजेचे होते. मी का बरं ही वस्तू आजवर विकत घेतली नाही? कशी बरे राहिली? किती नुकसान झाले! किती सुखसोयींना मी मुकलो!" असे समोरच्या व्यक्तीस वाटायला हवे. तुम्ही तसे वाटवून द्यायला हवे मग तो, ती वस्तू विकत घेणे

गरजेचे आहे, असे एकदा त्यास वाटले की त्याचे आर्थिक बळ नसले तरी कसेबसे पैसे उभारून तो ती वस्तू विकत घेईल.

४. विक्रेत्याने स्वत:चे कल्याण होईल असे तर पाहावेच, पण त्याचे प्रमाण कमी ठेवावे. वस्तू विकत घेणाऱ्याचे कल्याण अधिक होईल अशा रीतीने व्यवसाय करावा. आपल्या बोलण्यातून हा त्याच्या अधिक कल्याण्याचा हेतू त्याच्यापर्यंत पोहोचेल असे पहावे.

५. आपले दुकान असेल तर, गिऱ्हाईक दुकानात शिरल्याबरोबर प्रथम हसून त्यास नमस्कार करवा. तुम्ही दुसऱ्या गिऱ्हाईकाबरोबर बोलत असाल तर त्याला तसे सांगावे. थोडा वेळ थांबण्याची विनंती करावी.

काही दुकानात गिऱ्हाईक दुकानात आल्यानंतर बराच वेळ त्याच्याकडे कुणी ढुंकूनही पाहात नाही. नंतर त्याच्या अंगावर खेकसल्यासारखे 'काय पाहिजे?' असे विचारतात. 'झक मारली आणि या दुकानात आलो' असे आलेल्या गिऱ्हाईकास वाटते.

६. आलेल्या गिऱ्हाईकास कुठली वस्तू हवी, कशा प्रकारची हवी हे सविस्तर आणि प्रेमाने बोलून जाणावे. उपलब्ध असलेल्या वस्तूंच्या किंमतीचा आवाका सांगावा. त्यास साधारण किती किंमतीपर्यंत वस्तू चालेल ते विचारावे. आणि अतिशय नम्रपणे विचारावे.

७. भरपूर वस्तू दाखवाव्यात. थकू नये. चेहऱ्यावर स्मित ठेवावे. त्रस्त भाव ठेवू नये. तिडीक ठेवू नये. हास्यविनोद करावेत. गिऱ्हाईकासोबत कुणी लहान मूल असेल तर त्याच्याशी अवश्य बोलावे. माफक थट्टा मस्करी करावी. हसावे, हसवावे.

८. जेव्हा तुम्ही एखादी वस्तू दाखवता त्यावेळी त्या वस्तूचे भरमसाठ कौतुक करता हे ठीक आहे. पण त्याच वेळी आधी दाखवलेल्या वस्तूस नावे ठेवू नये. कारण त्याच वस्तूचे आधी भरमसाठ कौतुक केलेले असते.

९. गिऱ्हाईकाच्या आर्थिक स्तरावर कसलीही टीका-टिप्पणी करू नये. आलेले गिऱ्हाईक ज्या स्तरातले जिन्नस वापरते ते चांगलेच असते म्हणावे. त्यापेक्षाही कमी किंमतीचे जिन्नस लोक वापरतात व ते चांगले असतात असे आवर्जून सांगावे.

१०. गिऱ्हाईकाने खरेदी केल्यानंतर त्याच्या निवडीचे कौतुक करावे. तुमचा 'चॉईस' खूप चांगला आहे असे म्हणावे. 'पुन्हा या, अच्छा!' असे म्हणावे. आता आपण अशा सेल्समन लोकांसाठी विचार करू या, ज्यांना लोकांच्या घरी जावे लागते. दारोदार हिंडावे लागते.

११. समजा कुणा घरी जायचे असेल तर बाहेरच उभे राहून बेल/दार वाजवावे. दार उघडल्यानंतर दाराशी आलेल्या व्यक्तीस ''मी अविनाश, सेफ्टी गॅस पाईप दाखवण्यासाठी आलो आहे. आत येऊ शकतो का?'' असे थोडक्यात आणि पटकन सांगावे.

आधी वेळ घेतली असेल तर ठीकच आहे. घेतली नसेल आणि कुणी जर म्हणाले, ''आम्हाला रस नाही. आत येऊ नका'' तर उगाच गळ्यात पडू नये. समोरच्या माणसास वैताग ठरू नये. 'थँक यू' म्हणून लगेच तिथून निघावे.

१२. आत घेतले तर दारातच बूट/चप्पल काढावेत. गरज नसेल तर घरात खूप आत जाऊ नये. दाराशेजारीच बसावे. स्मितहास्य करून स्वत:ची ओळख सांगावी. आपलं म्हणणं थोडक्यात सांगावे. समोरच्या व्यक्तीचा वेळ, सोय, मन:स्थिती या सगळ्याचा विचार करावा.

१३. उगाच तुम्ही दुपारीच कुणाकडे गेलात. आणि कुणी वैतागून तुम्हास हाकलले, टाळले तर नाराज होऊ नका. तुम्हाला हाकलण्याचे अथवा टाळण्याचे कारण लक्षात घेऊन ते दुरुस्त करावे.

१४. इतर कंपनीच्या मालास नावे ठेवू नयेत. तुमचा स्वत:चा माल 'वापरून, खात्री करून घ्या' असे सांगावे.

१५. या व्यवहारातून कंपनीस कमीत कमी फायदा मिळतो. आम्ही जास्तीत जास्त फायदा गिऱ्हाईकास मिळवून देतो असे सांगावे.

१६. वस्तू विकल्यानंतरही ग्राहकाच्या संपर्कात राहावे. फोन करावा. वस्तूबद्दल विचारावे. सल्ला-सेवा देत राहावे. यामुळे त्या व्यक्तीचे मित्र आणि नातेवाईक सुद्धा तुमच्याकडे खरेदी करू शकतात.

अशा रीतीने भाषण, मुलाखत, अभ्यासाचा वर्ग आणि विक्री व्यवसाय यामध्ये तुमच्या बोलण्याच्या कौशल्याने तुम्ही भरघोस यश मिळवू शकता.

❑❑

# -१२-

# 'मोहन' : एक फसलेले बोलणे

या शेवटच्या प्रकारणामध्ये आपण मोहनची गोष्ट समजावून घेणार आहोत. मोहन आता पन्नाशीला आलाय. कसं बोलू नये याचं अतिशय अचूक उदाहरण म्हणजे मोहन. मोहन माझ्या काऊन्सेलिंग क्लिनिकमध्ये आला. मी समस्या विचारली. म्हणाला, "मला बोलता येत नाही. कधी काय बोलावं ते समजत नाही. जिथे बोलायचं तिथे मी गप्प बसतो आणि जिथे बोलायचं नाही तिथे बोलतो. जे बोलतो ते अतिशय चुकीचं. त्यामुळे समारचे लोक दुखावले जातात. नाहीतर रागाला जातात. मला वेड्यात काढतात किंवा वाळीत टाकतात. लोकांना नको असलेला माणूस म्हणजे मी, अशी माझी प्रतिमा झाली आहे. आणि हे केवळ माझ्या बोलण्यामुळे, मला बोलता येत नाही म्हणून! माझं कुठलंही काम नीट होत नाही. माझं खूप नुकसान होतं. बायको मला खूप बोलते. माझा अपमान करते. मुलं बोलतात. एक मुलगा माझ्या सारखाच बोलतो-वागतो. त्याचा सगळा दोष मला दिला जातो. मी काय करू? माझं बोलणं म्हणजे एक फसलेलं बोलणं आहे. मला यातून बाहेर काढा. काहीतरी उपाय सांगा."

हे सगळं ऐकून खूप वाईट वाटलं. मोहनच्या डोळ्यातून पाणी वहायला लागलं होतं. मोहन पन्नाशीला आला होता. त्याच्या बोलण्यावर उपचार करणं हा मला फार तातडीचा विषय वाटला नाही जितका तातडीचा विषय मला त्याच्या मुलाचा वाटला. जो पंधरा वर्षाचा होता आणि मोहनसारखंच सदोष बोलत होता.

मी मागेच म्हटलं आहे, की तुमचं बोलणं हे तुमच्या व्यक्तिमत्त्वाचं प्रतिबिंब आहे. मोहन मला जेव्हा म्हणत होता की माझं बोलणं हे एक फसलेलं बोलणं आहे, त्यावेळी माझं मन मला सांगत होतं, बाळ मोहना, कदाचित तुझं व्यक्तिमत्त्व हेच एक फसत गेलेलं व्यक्तिमत्त्व असू शकतं!

मी माझ्या पद्धतीनं मोहनच्या मनात डोकावलं आणि माझंच मन गलबलून गेलं.

१. मोहन एका मध्यमवर्गीय कुटुंबात जन्माला आला. मध्यमवर्गाच्याही थोडसं खालीच. एका दहा बाय अठराच्या भाड्याच्या खोलीत मोहन जन्माला आला. त्याची मोठी बहीण त्याच्यापेक्षा सहा वर्षांने मोठी होती. वडील कार्पोरेशनमध्ये क्लार्कची नोकरी करत होते. आई घरकाम. महिन्यावर शेवटच्या तारखेकडे पहात-पहात, उलट दिशेने आजपर्यंतचा अंदाज घेत, घरातला खर्च चाले.

एका बैठ्या वाड्यात ही खोली होती. वाड्यात आणखी चार भाडेकरू आणि मालक अशी सहा कुटुंबे राहात होती.

घरात सुरक्षेला खूप प्राधान्य होते. मोहनचे वडील अती सज्जन होते. स्वत:च्या बायकोची आणि मुलांची ती अती काळजी करत. पण काळजीपोटीच त्यांचा स्वभाव खूप भित्रा झाला होता.

मोहन सर्वसामान्य जीवनाला मुकत होता. सायकल चालवणे, मुलांबरोबर खेळण्यासाठी दूर जाणे, झाडावर चढणे, पोहणे या गोष्टींसाठी त्याला घरातून परवानगी मिळत नसे. तो मुलांमध्ये मिसळताना बिचकत असे. कारण अमुकच मुलात मिसळ, तमुक मुलात मिसळू नको असा त्यास सल्ला असे.

परिणामी मोहन भित्रा झाला. त्याला एकूण सगळ्याचेच भय वाटू लागले. तो मुलांना घाबरू लागला. मुले त्याला चिडवू लागली, त्रास देऊ लागली. खेळ, खाऊ, गंमत-जंमत अशा वेळी टाळू लागली.

तो एकटा पडतोय असे लक्षात आल्यावर तो या मुलांमध्ये मिसळण्याचा प्रयत्न करू लागला. त्यांना खूश करण्याचा प्रयत्न करू लागला. त्यासाठी मुलांना खूश करणारे, त्यांची स्तुती करणारे बोलू लागला. पण यावर मुलांची प्रतिक्रिया ही त्याला चिडवणारी, एकटे पाडणारीच होती. उपेक्षा करणारी होती. अपमान करणारीच होती.

त्याच्या बोलण्याची टिंगल होऊ लागली. तो बोलून तोंडावर पडू लागला.

२. परमेश्वराने मोहनला चांगले व्यक्तिमत्त्व दिले होते. आता तो हायस्कूल मध्ये एस. एस. सी. च्या वर्गात होता. उंच, गोरा आणि देखणा होता मोहन. मुली आवर्जून त्याच्याकडे पाहत, त्याच्याशी बोलायला धडपडत. तसं पाहिलं तर हीरोच

दिसायचा. आता तो बोलायलाही लागला होता. पोपटपंची या सदरातलं चांगलं बोलत असे.

मुली जवळ येत. छान बोलणं होई. वह्यांची देवाणघेवाण होई. क्वचित चिठ्ठी! भावना... जवळीक, हुरहुर, संवेदना! आणि एखादे दिवशी ती मुलगी सांगे, 'अरे, तो राजा मला घाण-घाण चिडवतो, वेडेवाकडे हावभाव करतो माझ्याकडे बघून! जरा त्याला दाखव ना चांगला इंगा!' झालं. इकडे मोहनच्या छातीत धडधडायला सुरुवात. घाबरगुंडी, "मी बघतो, पाहातो, बोलतो त्याच्याशी तू काळजी करू नकोस." असं तो उसनं अवसान बांधून बोले.

मुलगी काय समजायचं ते समजून जाई. मोहनच्या छातीतली धडधड थांबत नसे. तो त्या मुलीला टाळत असे. मग लाचारासारखा एखाद्या गुंड मुलास तो हा प्रकार सांगत असे. तो गुंड मुलगा राजाला बडवत असे. दुसऱ्या दिवसापासून ती मुलगी त्या गुंड मुलाबरोबर बोलताना दिसे.

३. याला उगाचच असं वाटायचं की आपले वडील दुबळे आहेत. आपण दुबळे आहोत. आपली आई-भाऊ-बहीण सगळे दुबळे आहेत; शारीरिक- मानसिक- आर्थिक दुबळे आहेत. त्याच्यामध्ये सततच न्यूनगंड वास करत राही. तो सतत दबलेला, खचलेला राही.

खरं तर, मोहनबरोबर अनेक मुले अशी होती. ज्यांचे आई-वडील, भाऊ-बहीण मोहनच्या कुटुंबीयांपेक्षा जास्त दुबळे होते. शारीरिक, मानसिक, आर्थिक अशा सगळ्याच बाबतीत! पण ती मुले दुसऱ्याचं खाऊन वर रुबाबात असायची. मोहनच्याही पैशाचं खाऊन मोहनवरच रुबाब करायची.

याला ते कधीच जमायचं नाही. हॉटेलात खाल्ल्यानंतर सगळे एक एक करून बाहेर पडायचे. याला बिलाच्या काऊंटरपाशी थांबावंच लागे. हा बिल देऊन बाहेर आल्यानंतरही याचं कधी कुणीच आणि कधीच कौतुक केलं नाही. बाकीचे गप्पा मारण्यात आणि एकमेकांना टाळ्या देण्यात मग्न असत.

४. आवडणाऱ्या व्यक्तींच्या पुढे-पुढे करण्याची सवय आहे मोहनला. त्यामुळे तो 'सेल्फ रिस्पेक्ट' गमावून बसलाय. त्याला काय वाटेल असा विचार कुणीच करत नाही. उलट इतरांना काय वाटेल असा विचार तो मात्र सतत करत असतो. जे बोलायचे ते कधीच बोलत नाही. जे बोलायचे नाही ते मात्र भसकन बोलून

टाकतो. त्याचा धाक, दरारा, वचक असे काहीही निर्माण होत नाही. उलट, 'मोहनला काहीही वाटले तरी तो काय करणार आहे?' असा विचार प्रत्येक जण करतो.

समोरच्या व्यक्तीस खरं तर आपल्याबद्दल नेहमी असे वाटायला हवे की त्याच्या वागण्या-बोलण्याने आपल्याला काय वाटेल? माझ्या भाव-भावना, प्रतिक्रिया याचा विचार समोरच्या व्यक्तीने वागण्या-बोलण्याच्या आधीच करायला हवा.

५. मोहन सतत दुसऱ्या व्यक्तीवर अवलंबून रहातो. त्याला सतत दुसऱ्याची गरज असते. भावनिक गरज, मानसिक गरज, वैचारिक गरज, आर्थिक गरजा सुद्धा. या सगळ्यामुळे त्याचे व्यक्तिमत्त्व दुबळे होऊन गेले आहे.

मान्य आहे, की या गरजा प्रत्येक व्यक्तीस असतात. पण समोरच्या व्यक्तीस जर या गोष्टीचे सतत मागणे लावून दिले तर तो वैतागून जातो. तुमच्यामध्ये असे अडकायला कुणालाही आवडत नाही. कुणी असं आपल्याला भार झालेलं कुणालाही आवडत नाही. इथे तुमच्या व्यक्तिमत्त्वाला बाधा येते. समोरचा तुमच्याकडे कमीपणाने पहातो.

खरं तर इतरांना तुमचीसुद्धा गरज असते. भावनिक, मानसिक, वैचारिक, आर्थिक वगैरे वगैरे सगळ्या गरजांसाठी तुम्हीसुद्धा इतरांना हवे असता. पण त्यांचं शहाणपण एवढंच की ते तसे दाखवत नाहीत. ते अप्रत्यक्षपणे तुमचा उपयोग करून घेतात. तुम्ही मात्र अनावश्यक बोलणे आणि देखावा यामध्ये फसता

यामुळे तुमच्या बोलण्यातील धार, धमक, वचक या सगळ्या गोष्टी हरवून बसता.

६. वास्तविक मोहन खूप बुद्धिमान आहे. स्वतःचं ज्ञान, विद्वता या जोरावर तो एखादं विश्व निर्माण करू शकतो. पण व्यक्तिमत्त्व असं फसल्यामुळे स्वतःचं निर्माण केलेलं विश्व पेलू शकत नाही.

कुठल्याही गोष्टीची निर्मिती बुद्धीच्या आणि कर्माच्या जिवावर होऊ शकते पण ती गोष्ट पेलणं मात्र तुमच्या धोरणी स्वभावावर अवलंबून असतं. धोरण, चातुर्य, धाडस, निर्णयक्षमता, माणसांना हाताळण्याची क्षमता यावर अवलंबून असतं. थोडसं राजकारण हवंच. अर्थातच सकारात्मक आणि रचनात्मक! पण मनुष्य राजकारणी हवाच.

मोहनकडे राजकारण नाही. जमत नाही. पेलत नाही. त्यामुळे बोलणं फसतं.

७. मोहन लोकांसाठी सतत धडपडत असतो. काही करत असतो. पण त्या बदल्यात अपेक्षा करतो. अपेक्षा साधी असते; कुणी त्याला विचारावं, प्रेमानं बोलावं, त्याच्या आवडीचं खाऊ घालावं. काही दिवस असं घडतं सुद्धा. त्यावेळी बोलणं सकारात्मक असतं. मधाळ असतं, आत्मविश्वासानं भारलेलं असतं.

कधी लोकांचं वागणं थांबतं. बदलतं. मग मोहनची चिडचिड सुरू होते. बोलणं तिरकस येऊ लागतं. स्वत:वरचा आणि स्वत:च्या बोलण्यावरचा आत्मविश्वास कमी होऊ लागतो. बोलण्यातून नकारात्मकता, नैराश्य दिसू लागतं. बोलण्याची सगळी शानच बिघडते.

स्वत:चं बोलणं हे स्वत:चं असावं. स्वत:च्या व्यक्तिमत्त्वाची ती ओळख असावी. ते कुणाच्याही क्रिया, प्रतिक्रिया याच्यावर अवलंबून नसावं.

८. अशा चिडचिड करण्यामधून, मोहनकडून लोक दुखावले जातात. तो लोकांचा द्वेष करतो, असा समज इतरांमध्ये पसरतो. खरं तर लोकांचा विचार वागणे, बोलणे स्थिर नसते. लोक चांगले बोलतात. तो काही वेळ असतो. नंतर जेव्हा लोक वाईट बोलू लागतात त्यावेळी आपण स्थिर रहाण्याची गरज असते. हा सुद्धा काही काळ असतो. त्यानंतर लोक पुन्हा चांगले बोलू लागतात. हा मधला काळ आपण वाट पाहायची असते. मोहनकडे अशी वाट पाहाण्याची कला नाही. धीर नाही.

लोकांच्या वाईट बोलण्यावरील, वागण्यावरील स्वत:ची प्रतिक्रिया रोखण्याची शक्ती नाही. धोरण नाही. त्याचा तोल जातो. तो त्रागा करतो. बेभान होतो. कधी काही बोलतो. स्वत:चीच किंमत कमी करून घेतो.

९. मनुष्यसंपर्काच्या बाबतीत मोहनचे वर्तन थोडेसे बेजबाबदार आहे. काही नातेवाईक, मित्र, स्नेही यांचेबरोबरचा संपर्क अगदीच कमी असतो किंवा नसतोच. त्यामुळे या लोकांचा त्याच्याविषयी फारच मोठा गैरसमज होतो. तो असा की, मोहन शिष्ट आहे. त्याला लोकांशी फार घेणे देणे नसते. तो फक्त कामापुरता गोड बोलतो. नंतर विसरतो. तो खोटा आहे. नाटकी आहे.

काही नातेवाईक आणि मित्र यांच्या खूप पुढे-पुढे करतो मोहन! सतत त्यांच्याकडे जाणे, त्यांना फोन करणे. त्यांची कामे करणे. त्यांची स्तुती करणे. त्यांच्यासाठी स्वत:च्या घरातील इतर मंडळींना त्रास देणे. त्यांची गैरसोय करणे! पण

यामुळे या मंडळींचाही त्याच्याविषयी मोठा गैरसमज होतो की मोहनला आपल्याशिवाय कुणीही नाही. आणि मोहनमध्ये विशेष काही दम नाही. तो एकटा राहू शकत नाही. एकटा काही करू शकत नाही. त्यामुळे ते मोहनला फार गंभीरपणे घेत नाहीत. त्याचे बोलणेही गंभीरपणे घेत नाहीत.

१०. ऑफिसमध्ये वागताना कधी फारच घरगुती आणि भावनिक वागून जातो. व्यावसायिकतेचा अभाव होतो. त्यामुळे वरिष्ठांशी बोलणे, सहकाऱ्यांशी बोलणे, आणि हाताखालील लोकांशी बोलणे हे कार्यालयीन किंवा व्यावसायिक न राहाता अनौपचारिक होऊन जाते. यामुळे कधी फायदाही होतो. पण बहुधा बोलण्याचा परिणाम बोथट होतो.

दुसरे म्हणजे मोहन ऑफिसमध्येही वागताना खूप भावनिक नाते निर्माण करण्याची खटपट करतो. यामुळे काही नात्यांचे गुंते आणि गफलती होतात. समज-गैरसमज होतात. कुणी त्यास वेड्यातही काळते. त्याच्या बोलण्याचा परिणाम खाली खाली येतो.

११. 'शेजाऱ्याशी संबंध चांगले ठेवावेत' याचा अर्थ तो इतका चुकीचा घ्यायचा की शेजारी हा आपल्याच घरातील एक घटक आहे असे मानायचा. जी वागणूक, भावना घरातल्या लोकांशी असते तसेच तो शेजाऱ्यांशी वागायचा, बोलायचा. त्यांना काय वाटेल वगैरे, असा विचार करायचा.

त्याला दोनदा वाईट अनुभव आला. त्याला अनपेक्षित अशा मुद्द्यावर आणि केवळ अनपेक्षित अशा गोष्टींसाठी शेजारी त्याच्याशी वाईट शब्दात, कर्कश्श आवाजात भांडू लागले याला धक्काच बसला. शेजारी ज्या पद्धतीने भांडत होते त्यावरून मोहन त्यांचा कित्येक दिवसांचा शेजारी नसून रस्त्यावरचा अनोळखी माणूस असेच वाटत होते. या प्रसंगाची अपेक्षा मोहननं स्वप्नातही केली नव्हती.

क्षणात एवढा परकेपणा? एवढा द्वेष, तिरस्कार, वैरभाव? कपट, अविश्वास? त्यानंतर जेव्हा तो शेजारी त्याच्या अंगावर धावून आला तेव्हा तर त्याची बोबडीच वळाली. त्याचे अवसान गळाले. आत्मविश्वास गेला.

या धक्क्यातून सावरायला त्याला काही महिने लागले. मग तो सावरला. त्या प्रसंगानंतर बदलला. त्याच्या मित्रांनी त्या शेजारच्याला धडा शिकविण्याची भाषा केली. पण मोहनने ते काम स्वत:कडेच घेतले.

१२. याच्या अशा स्वभावामुळे याच्या वाटेला स्तुती येत नाही. फार मान-सन्मान, आदरातिथ्य येत नाही. हा फार लोकप्रिय नाही लोक याला कामाला बोलावतात. कामाच्या वेळी याची आठवण करतात. 'सेलिब्रेशन'च्या वेळी याला आवर्जून टाळतात.

याने इतरांसाठी खूप काही केले आहे. पण लोक तसे बोलण्याचे मुद्दाम टाळतात. उलट 'तू काय केले आमच्यासाठी?' असे ठणकावून विचारतात. याची नेहमीप्रमाणे बोबडी वळते.

कधी त्रागा करून याने स्वतःच्या कामांची यादी वाचलीच तर लोक स्पष्टपणे म्हणतात, ''आम्हाला यातले काही आठवत नाही.' हा तोंडावर पडतो. किंवा असेही बोलतात, ''केले असेल एखादे वेळी काही तर लगेच असा बोलून दाखवतो? किती हलकी विचारसरणी?''

१३. हा याच्या लोकांकडून असलेल्या अपेक्षा स्पष्टपणे कधीच बोलून दाखवत नाही. याला काय पाहिजे ते स्पष्टपणे सांगत नाही. मागत नाही. समोरच्या व्यक्तीने ते समजून घ्यावे असे याला वाटते. आता सध्याच्या काळात एवढा उद्योग करायला कुणाला वेळ आहे? याचे आयुष्य उपासमारीतच चालले आहे.

१४. आपल्या वागण्याचा, परोपकाराचा, त्यागाचा आपल्याला भविष्यकाळात खूप काही फायदा होईल असा भाबडा विचार करतो आणि तत्कालीन फायदा सोडून देतो. इतरांस घेऊ देतो.

होते असे की तत्कालीन फायदाही मिळत नाही. आणि भविष्यातही काही मिळत नाही. पदरात पडते ती फक्त फसवणूक !

१५. परिस्थिती, वातावरण, स्थळ यामधील संभाव्य बदलास घाबरतो. त्यामुळे आहे त्या ठिकाणी आहे त्या स्थितीमध्ये रहाणे पसंत करतो. अन्याय होत असला तरी तो सहन करत रहातो. त्याविरुद्ध मनात असेल ते बोलत नाही. अन्यायाविरुद्ध लढत नाही.

मोहनच्या मुलास मी तत्काळ या मोहनच्या मानसिक दलदलीपासून दूर नेणार आहे आणि मग सावकाश एकेक पाऊल करत मोहनला या दलदलीतून बाहेर काढणार आहे.

कसे बोलू नये, कसे बोलावे हे त्यासाठीच मी लिहून काढले आहे. बोलणे कशामुळे बिघडते आणि कशामुळे सुधारते हेही मी सविस्तर लिहिले आहे.

आपण वाचल्यानंतर केवळ गंमत म्हणून हे सोडून दिले तर आपल्याला याचा काहीच फायदा होणार नाही. आपलं बोलणं चुकतंय असं आपल्याला वाटत असेल, आणि ते सुधारावं असं खरोखरीच मनापासून वाटत असेल तर मात्र आपल्याला हे पुस्तक पुन्हा पुन्हा वाचायला हवे. त्यामध्ये सांगितलेले आचरणात आणायला हवे. आपल्या बोलण्यात खूप मोलाचा बदल होईल याची शंभर टक्के खात्री मी देतो.

□□

# मधुकर जयवंत काकडे

**पत्ता** : ९०१, पुरुषोत्तम अपार्टमेंट,
डेक्कन जिमखाना , पुणे ४११ ००४
**फोन नं** : ९४२३९१३४५२/ ९८२२३६८१२५
**शिक्षण** : मेकॅनिकल इंजिनिअर

**व्यवसाय** : नोकरी– मिनिस्ट्री ऑफ डिफेन्स, क्लास वन गॅझेटेड ऑफिसर

**कलाक्षेत्र**

**नाट्यलेखक** : खालील नाटके रंगमंचावर सादर - वादळ, वरदहस्त, सप्तपदी, लाडकी सून, धरपकड, अग्निकुंड.

**नाट्य अभिनेते** : खालील नाटकांतून रंगमंचावर अभिनय- लग्नाची बेडी - २५०० प्रयोग. वरचा मजला रिकामा, सासरेबुवा जरा जपून, आतून कीर्तन वरून तमाशा, देवमाणूस, दिल्या घरी तू सुखी राहा, सप्तपदी. एकूण प्रयोगसंख्या - ५००

**एकपात्री प्रयोगकर्ते** : हास्य धबधबा, भन्नाट माणसं, तुमचं-आमचं सेम असतं.

**व्याख्याने** : जोडीदाराची निवड आणि प्रपंचाची सुरुवात, प्रपंचाच्या मध्यावर, प्रपंचातलं आजारपण, प्रपंचातलं अध्यात्म, जीवनासमोर मी, कर्तृत्व-यश-प्रगती, प्रारब्ध आणि पुरुषार्थ, सकारात्मकता आणि स्वीकार, सुख येता तुमच्या दारी, विसरा-सोडा-क्षमा करा.

**पुस्तके** : **नांदा सौख्यभरे :** हे पुस्तक प्रकाशित (जानेवारी २००९) इंग्रजी रूपांतर Bond Forever प्रकाशित (ऑक्टोबर २०११) **सुख येता तुमच्या दारी :** हे पुस्तक प्रकाशित (जून २०१०) इंग्रजी रूपांतर Happiness Mantra प्रकाशित (नोव्हेंबर २०११) **पुरुषार्थ :** हे पुस्तक प्रकाशित (२० फेब्रुवारी २०१२) **संवेदना, जादूची कांडी, उमाळा, विदूषक ही पुस्तके प्रकाशनाच्या वाटेवर.**

**सामाजिक** : प्रापंचिक व मानसिक समस्या– सल्ला आणि मार्गदर्शन.

❒ only by Appointment ❒ website : secretsofhappylife.org

www.ingramcontent.com/pod-product-compliance
Lightning Source LLC
Chambersburg PA
CBHW031313280626
47169CB00018B/1262